ધ કોચિંગ હેબિટ

ઓછું બોલો, વધારે પ્રશ્ન પૂછો અને નેતૃત્વ કરવાની પોતાની રીતને હંમેશાં માટે બદલી નાખો

ડૂ મોર ગ્રેટ વર્ક
ના બેસ્ટસેલિંગ લેખક

માઈકલ બંગે સ્ટેનિયર

'આ પુસ્તકને વાંચો અને તેનો ઉપયોગ કરો'
ટીમ ફેરિસ, ધ ફોર અવર વર્ક વીકના લેખક

Gujarati Edition of Bestseller
'The Coaching Habit' by Michael Bungay Stanier

ધ કોચિંગ હેબિટ

ઓછું બોલો, વધારે પ્રશ્ન પૂછો અને નેતૃત્વ કરવાની પોતાની રીતને હંમેશાં માટે બદલી નાખો

પ્રકાશક : વૉવ પબ્લિશિંગ્સ પ્રા. લિ., પુણે

મુદ્રક : વિક્રમ પ્રિન્ટર્સ પ્રા. લિ., પુણે

કંપોઝ-અક્ષરાંકન : મીડિયા સપોર્ટ યુનિટ, અમદાવાદ-૫૧.

પ્રથમ આવૃત્તિ : May 2024

અનુવાદ : કાશ્યપી મહા

ISBN : 978-93-90132-36-2

'The Coahing Habit' આ અંગ્રેજી પુસ્તકનો ગુજરાતી અનુવાદ

The Coahing Habit
by Michael Bungay Stanier

અનુક્રમણિકા

બોક્સ ઓફ ક્રેયોન્સમાં અમે વ્યસ્ત મેનેજરોને વ્યવહારિક સાધન ઉપલબ્ધ કરાવીએ છીએ જેથી તે માત્ર 10 મિનિટ કે તેનાથી પણ ઓછા સમયમાં પોતાની ટીમને કોચ કરી શકે.

કોચિંગ દરેક મેનેજર અને લીડર માટે એક પાયાનું કૌશલ્ય છે. જ્યારે લોકો કોચિંગને પોતાના રોજિંદા કામ કરવાની રીત બનાવી લે છે, તો તેમનું અને તેમની ટીમનું સાહસ, એકાગ્રતા અને લવચિકતા વધી જાય છે. આ રીતે તે ઓછી મહેનત કરીને પણ વધારે પ્રભાવક સાબિત થવામાં બીજાની (અને પોતાની) મદદ કરી શકે છે. બોક્સ ઓફ ક્રેયોન્સના કોચિંગ પ્રોગ્રામ વિશે વધારે જાણકારી મેળવવા માટે તમે BoxOfCrayons.biz પર જઈ શકો છો.

તમે બોક્સ ઓફ ક્રેયોન્સના ઘણા કોચિંગ પ્રોગ્રામ ખરીદવા ઈચ્છો છો ? ખૂબ સરસ. અમે આમાં તમારી મદદ કરી શકીએ છીએ, ધ કોચિંગ હેબિટને તમારી રુચિ પ્રમાણે સંશોધિત કરી શકીએ છીએ અને તેની કો-બ્રાંડિગ પણ કરી શકીએ છીએ. વધારે જાણકારી માટે અમારો orders@boxofcrayons.biz પર સંપર્ક કરો.

પ્રશંસા

માઈકલ બંગે સ્ટેનિયરે પોતાના સાત મુખ્ય પ્રશ્નોના માધ્યમથી કોચિંગનો સાર પ્રસ્તુત કર્યો છે. જો તમે તેમની સરળ પણ ઊંડાણ ધરાવતી તકનીકોમાં મહારથ પ્રાપ્ત કરી લો છો, તો તમને બમણો લાભ પ્રાપ્ત થશે. તમે વધારે પ્રભાવશાળી રીતે પોતાના કર્મચારીઓ અને સહકર્મચારીઓનો સહયોગ કરી શકશો. સંભવતઃ તમને અનુભૂતિ થશે કે તમે તમારા સૌથી મોટા કોચ બની ગયા છો.

- ડેનિયલ એચ. પિંક, ટુ સેલ ઈઝ હ્યુમન અને ડ્રાઈવના લેખક

કોચિંગ એક કલા છે પણ એ એટલી સહેલી નથી હોતી, જેટલી લાગે છે. સલાહ આપવી, જવાબ આપવા કે ઉકેલ શોધવાની સરખામણીએ પ્રશ્ન પૂછવા ક્યાંય વધારે મુશ્કેલ હોય છે. સામેવાળાને પોતાનો રસ્તો જાતે શોધવાનો, પોતાના ભાગની ભૂલો કરવાનો અને પોતાનો વિવેક જાતે પ્રાપ્ત કરવાનો અવસર આપવો બહાદુરી અને અતિસંવેદનશીલતા બંને છે. સાથે જ તેનો અર્થ બીજામાં 'સુધારો કરો કહેવાની પોતાની આદત પર લગામ મૂકવી પણ છે. આ વ્યવહારિક અને પ્રેરક પુસ્તકમાં માઈકલે સાત પરિવર્તનકારી પ્રશ્ન વહેંચ્યા છે, જે નેતૃત્વ અને સહયોગ કરવાની આપણી રીતોમાં ખરેખર ફરક લાવી શકે છે. સાથે જ માઈકલ આ મુશ્કેલ પાસાને સમજવામાં આપણું માર્ગદર્શન પણ કરે છે કે પુસ્તકમાં પ્રસ્તુત કરવામાં આવેલી નવી જાણકારીઓને ક્યા દૃષ્ટિકોણથી જોવામાં આવે અને તેનો પોતાની આદતો અને દૈનિક અભ્યાસમાં કેવી રીતે સમાવેશ કરવામાં આવે.

- બ્રેને બ્રાઉન, રાઈઝિંગ સ્ટ્રોંગ અને ડેયરિંગ ગ્રેટલીની લેખિકા

એક શ્રેષ્ઠ લીડર (નેતૃત્વકર્તા) બનવા માટે તમે શું કરી શકો છો ? આ પૂછતા માઈકલ મહત્ત્વાકાંક્ષી લીડરો માટે સાત એવા વિચારશીલ સવાલ અને તેના જવાબ પ્રસ્તુત કરે છે, જે તેમની નેતૃત્વ સંબંધિત

ટેવો બદલી નાખશે. આ પુસ્તકમાં એવા ઘણા વ્યવહારિક, ઉપયોગી અને રોચક પ્રશ્ન, વિચાર અને સંસાધન પ્રસ્તુત કરવામાં આવ્યા છે, જે શ્રેષ્ઠ બનવાનો પ્રયત્ન કરી રહેલા દરેક લીડરને માર્ગદર્શન આપશે.

- ડેવ ઉલરિક, ધ વ્હાઈ ઓફ વર્ક અને લીડરશિપ કોડ ના સહ-લેખક

માઈકલની ઊંડી સમજ, હાજર જવાબીપણું, સ્પષ્ટતા અને કોચિંગના શિલ્પ પ્રત્યેનું સમર્પણ આ પુસ્તકમાં ખીલીને સામે આવે છે. આ પુસ્તક દરેક એ વ્યક્તિ માટે એક નિર્દેશ-પુસ્તિકા છે, જે બીજાની મદદ કરવા ઈચ્છે છે. આ ક્ષેત્રમાં પોતાના ચાર દાયકાઓના અનુભવ પછી પણ મને કોચિંગની ટેવ વાંચીને નવા પાઠ શીખવાની તક મળી.

- ડેવિડ એલન, ગેટિંગ થિંગ્સ ડનના લેખક

કોચિંગના વિષય પર આવા પુસ્તકોની કોઈ ઉણપ નથી, જે વાચકોની સામે વારંવાર એ જ જૂનું, ઘસાયેલું વૈચારિક માળખું પ્રસ્તુત કરતા હોય. પણ કોચિંગની ટેવ તેમની વચ્ચે આશાના નવા કિરણ સમાન છે. આ પુસ્તક એ વ્યવહારિક જ્ઞાનનો ખજાનો છે, જે દરેક મેનેજરને એક કોચમાં તબદીલ કરવાના શાશ્વત પ્રયત્નને નાની-નાની અને સરળ દૈનિક ટેવોનું રૂપ આપી દે છે. જો તમે પોતાની નેતૃત્વ ક્ષમતાને પછીના સ્તર પર લઈ જવા ઈચ્છો છો, તો તમારે આ પુસ્તક ચોક્કસ વાંચવું જોઈએ.

- જેસિકા એમોરટેગુઈ, સીનિયર ડાયરેક્ટર, લર્નિંગ એન્ડ ડેવલપમેન્ટ, લોજિટેક

કોચિંગ પર એવા ઢગલાબંધ પુસ્તકો છે, જે અડધા-પડધા વાંચ્યા પછી કબાટમાં પડ્યા-પડ્યા ધૂળ ખાય છે. પણ માઈકલ બંગે સ્ટેનિયરનું આ પુસ્તક તમને શરૂઆતથી અંત સુધી બાંધી રાખે છે. વાંચવામાં સરળ, સાહસી, સ્પષ્ટ, સાચા અને પોતીકાપણાથી ભરેલું આ પુસ્તક સહકર્મચારીઓ અને પરિવારના સભ્યોની સાથે સંવાદ કરવાની તમારી રીત બદલી નાખશે. જો તમે કોચિંગ વિશે એક એવું પુસ્તક વાંચવા

ઈચ્છો છો, જે સરળતાથી સમજાઈ જાય અને જરૂર કરતા વધારે ગંભીર ન હોય, તો આને જરૂર વાંચો.

- જોએન મૈક્નેલી માયર્સ, વાઈસ પ્રેસિડેન્ટ, હ્યુમન રિસોર્સ, ટિમ હોર્ટન્સ

આજના સમયમાં કોચિંગનું મહત્ત્વ જણાવતા પુસ્તકો, અભ્યાસો અને સંપાદકીય લેખોની ભરમાર જોવા મળે છે. આ સ્થિતિમાં એ સમજવું મુશ્કેલ નથી કે વિદ્યાર્થી અને વ્યવસાયી, બંને એ તમામ દૃષ્ટિકોણો, પ્રણાલીઓ અને સંરચનાઓથી ભ્રમિત અને અભિભૂત કેમ રહે છે, જેને ‘યોગ્ય રીત’ ગણાવી તેનું ગુણગાન કરવામાં આવે છે. માઈકલ બંગે સ્ટેનિયરએ પોતાના આ નવા પુસ્તકના માધ્યમથી આ ભ્રમ કંઈક એવા અંદાજમાં દૂર કર્યો છે, જે સમજવામાં સરળ અને યથાર્થવાદી છે એટલું નહીં બલકે તેને પ્રભાવક રીતે લાગુ પણ કરી શકાય છે. મને વિશ્વાસ છે કે આ પુસ્તક ટૂંક સમયમાં જ વ્યવસાયી કોચો, શીખવાની ધગશ ધરાવનારા વિદ્યાર્થી અને સામાન્ય મેનેજરો માટે સમાન રીતે એક સશક્ત અને ઉપયોગી સાધન તરીકે સ્થાપિત થઈ જશે.

- સ્ટુઅર્ટ ક્રેબ, ડાયરેક્ટર, લર્નિંગ એન્ડ ડેવલપમેન્ટ, ફેસબુક

આ માત્ર એક પુસ્તક નથી, આ તમારી અંદરનો અવાજ છે, એક દેવદૂત છે, જે તમને મહાનતાનો માર્ગ દેખાડે છે. એક શાનદાર કોચ બનવું, માત્ર એક કૌશલ્ય નહીં બલકે તેનાથી ક્યાંય શ્રેષ્ઠ છે, આ એક માનસિકતા છે, જીવવાની એક પદ્ધતિ છે. માઈકલે પોતાના વાચકોની સામે આ સંદેશ કલાત્મક વાર્તાઓ, વ્યવહારિક ઉદાહરણો અને સિદ્ધ તકનીકો દ્વારા પ્રભાવશાળી રીતે મૂક્યું છે. આ એ કોચો માટે એક જરૂરી પુસ્તક છે, જે ખરેખર પરિવર્તન લાવવા ઈચ્છે છે.

- સિનેડ કોન્ડન, હેડ, ગ્લોબલ પરફોર્મન્સ ઈનેબલમેન્ટ, સીએ ટેક્નોલોજીઝ

કોચિંગની ટેવ એક મજેદાર, જોરદાર, વ્યવહારિક, યાદગાર અને

વર્તમાન વ્યવહાર વિજ્ઞાન પર આધારિત પુસ્તક છે. પોતાના કામકાજ અને સહકાર માટે આ પુસ્તક મને ખૂબ મૂલ્યવાન લાગ્યું.

- જેમ્સ સ્લેજક, એક્ઝિક્યુટિવ ડાયરેક્ટર, સ્ટ્રેટેજી, ન્યૂયોર્ક ટાઈમ્સ

જ્યાં અન્ય લોકો કોચિંગના ઉદ્દેશ અને અભ્યાસને જટિલ બનાવી શકે છે, ત્યાં માઈકલ બંગે સ્ટેનિયર મહાન લીડરોની આ અનિવાર્ય આદત માટે એક વ્યવહારિક અને સરળ દૃષ્ટિકોણ પ્રદાન કરે છે. તેમણે શિષ્ટતાપૂર્ણ તપાસ કરવાની કલા સાથે જોડાયેલા રિસર્ચ વિશે સ્પષ્ટ જાણકારી આપી છે. સાથે જ હળીમળીને કામ કરવા માટે પ્રતિબદ્ધ કર્મચારીઓની વચ્ચે એક પ્રામાણિક ભાગીદારીને પ્રોત્સાહન આપવામાં આ કલાની ભૂમિકાને પણ ખૂબ જ સારગર્ભિત રીતે વ્યક્ત કરી છે. કોચિંગની ટેવ એક મજેદાર પુસ્તક છે, જેણે મને તાત્કાલિક નવી આદતો અપનાવવા માટે પ્રેરિત કર્યો.

- ડાના વુડ્સ, સીઈઓ, અમેરિકન એસોસિએશન ઓફ ક્રિટિકલ-કેયર નર્સેસ

નેતૃત્વનો જાદુ દૈનિક વાતચીતમાં થાય છે. કોચિંગની આદત દ્વારા માઈકલ બંગે સ્ટેનિયરે મેનેજરોને એક ખૂબ સહેલું પરંતુ શક્તિશાળી સાધન (માત્ર સાત જ પ્રશ્ન) ઉપલબ્ધ કરાવ્યું છે, જેથી તેમને પોતાની ટીમોને મહાનતાની દિશામાં લઈ જવા માટે દરેક દિવસે કોચ કરવામાં મદદ મળે.

- એંડ્ર્યુ કોલિયર, હેડ, લીડરશિપ ડેવલપમેન્ટ, નેસ્લે

'ખૂબ જોરદાર.....' પણ આ પુસ્તક ત્યારે ક્યાં હતું, જ્યારે મારે તેની જરૂર હતી ? આ વાંચ્યા પછી મારા મનમાં સૌથી પહેલા આ વાત આવી. મેં મારી કારકિર્દીમાં નેતૃત્વ અને કોચિંગ વિશે અગણિત પુસ્તકો વાંચ્યા છે, પણ જે રીતે માઈકલ બંગે સ્ટેનિયરે પોતાના પુસ્તકમાં આ વિષયો પર પ્રકાશ પાડ્યો છે, તે ખૂબ જ ઓછું જોવા મળે છે. મને બાબતોને સરળ રીતે મૂકવી અને સતત અભ્યાસ કરવા જેવી અવધારણાઓ ખરેખર પસંદ છે કારણ કે આ જ તો કોચિંગની આદત વિકસિત કરવાની ચાવીઓ છે. જે બાબતોને મોટાભાગના

લીડર જટિલ માને છે, માઈકલે તેને પોતાના માટે સરળ બનાવી દીધી છે, પણ ભલે તમે એક નવા-નવા લીડર હો અથવા પછી એક અનુભવી લીડર. તેથી આ પુસ્તકને ચોક્કસ વાંચવું જોઈએ.

- મૉનિક બેટમૈન, સીનિયર વાઈસ પ્રેસિડેન્ટ, ટીડી બેંક ગ્રુપ

કોચિંગની ટેવ વ્યસ્ત મેનેજરો માટે વ્યવહારિક કોચિંગનો સાર છે. ના કોઈ અમૂર્ત સિદ્ધાંત, ના કંટાળાજનક કિસ્સા અને ના કારણવિહીન વાતો. માત્ર દૈનિક ઉપયોગ માટે વ્યવહારિક સાધન જેથી તમે 10 મિનિટ કે તેનાથી પણ ઓછા સમયમાં કોચ કરી શકો.

- મેલિસા ડેમલર, હેડ, લર્નિંગ એન્ડ ઓર્ગેનાઈઝેશનલ ડેવલપમેન્ટ, ટ્વિટર

માઈકલ બંગે સ્ટેનિયરે તેને બિલકુલ યોગ્ય રીતે પકડ્યું છે. આપણે બધા આદતો પર નિર્ભર પ્રાણી છીએ. આપણે આપણી, પોતાના જીવનની અને પોતાની આસપાસની દુનિયાનું નિર્માણ આ આદતોથી જ કરીએ છીએ. કોચિંગની આદત એક નિર્દેશ-પુસ્તિકા છે, જેની મદદથી તમે કોચિંગની શક્તિ પર આદતની શક્તિ લાગુ કરતા બીજાની સાથે મળીને અને તેમના દ્વારા પણ, વધારે ને વધારે પરિણામ પ્રાપ્ત કરી શકો છો. તમારે આ પુસ્તક માત્ર વાંચવું જ ન જોઈએ બલકે તેનો અભ્યાસ કરી તેને અમલમાં પણ મૂકવું જોઈએ. તેને પોતાના ડેસ્ક પર રાખો અને પોતાની કોચિંગની ટેવ વિકસિત કરો.

- મિશેલ મિલાન, સીઈઓ, એક્ઝિક્યુટિવ પ્રોગ્રામ્સ, રૉટમેન સ્કૂલ ઓફ મેનેજમેન્ટ, ટોરંટો યુનિવર્સિટી

હાર્લેન હોવર્ડે કહ્યું હતું કે દરેક લોકગીતમાં ત્રણ સ્વર અને સત્ય રહેલા હોય છે.

આ પુસ્તક તમને સાત પ્રશ્ન અને તેની મદદથી કામ કરવાની એવી રીત વિકસિત કરવાના સાધન આપે છે, જેનાથી તમે પ્રતિદિન ઓછી મહેનત કરીને પણ વધારે પ્રભાવક પરિણામ પ્રાપ્ત કરી શકો.

આ પુસ્તકનો ઉદ્દેશ તમને એક કોચ બનાવવાનું નથી બલકે એક લીડર, એક મેનેજર અને એક એવી વ્યક્તિ બનાવવાનું છે, જે ઘણા અંશે કોઈ કોચ જેવી હોય. જેનો અર્થ છે, આ સરળ પરંતુ મુશ્કેલ આદત વિકસિત કરવા, પોતાની ઉત્સુકતા જાળવી રાખવી અને વિકલ્પ આપવા તેમજ પગલાં ભરવામાં ઉતાવળ ન કરવી. આ એક વ્યવહારિક પુસ્તક છે અને તેને વાંચવામાં વધારે સમય પણ નહીં લાગે. મને લાગે છે કે આ પુસ્તક તમને ખૂબ ગમશે.

તમને કોચિંગની આદત હોવી જોઈએ

હવે દરેક વ્યક્તિ જાણે છે કે મેનેજરો અને લીડરો માટે પોતાના કર્મચારીઓને કોચ કરવા જરૂરી હોય છે

નેતૃત્વ વિશે પ્રકાશિત થનારી સામગ્રીમાં આ વિશે અગણિત લેખ મળે છે. આ ક્ષેત્રના વિભિન્ન વિશેષજ્ઞ અને ગુરુ એ સંકેત આપે છે કે કોચિંગ નેતૃત્વકર્તાનો એક અનિવાર્ય વ્યવહાર છે. અને એવું લાગે છે, જેમ કે એક્ઝિક્યુટિવ કોચોની સંખ્યા મૂરના નિયમ પ્રમાણે સતત વધતી જાય છે. ત્યાં સુધી કે ડિલબર્ટ (એક અમેરિકન કોમિક સ્ટ્રિપ) માં પણ કોચિંગની મજાક ઉડાવવામાં આવી છે – મુખ્યધારાની સફળતાનો આનાથી વિશ્વસનીય સંકેત બીજો કોઈ નથી.

ઈમોશનલ ઈન્ટેલિજન્સ (ભાવનાત્મક બુદ્ધિમત્તા) ની અવધારણાને લોકપ્રિય બનાવનાર મનોવૈજ્ઞાનિક અને પત્રકાર ડેનિયલ ગોલમૈને પંદર વર્ષ પહેલા હાર્વર્ડ બિઝનેસ રિવ્યૂમાં પ્રકાશિત પોતાના એક લેખ 'લીડરશિપ ધેટ ગેટ્સ રિઝલ્ટસ' દ્વારા આ દિશામાં પહેલું મોટું પગલું ઉઠાવ્યું હતું. ગોલમૈન અનુસાર, નેતૃત્વની છ મુખ્ય શૈલીઓ છે. તેમાંથી એક શૈલી કોચિંગ પણ હતી અને એવું જોવામાં આવ્યું કે કર્મચારીઓના પ્રદર્શન, સંગઠનનું સાંસ્કૃતિક વાતાવરણ અને બોટમ લાઈન (સૌથી મહત્ત્વપૂર્ણ કારક/બેલેન્સ શીટનો કુલ છેલ્લો સરવાળો) પર તેનો ઉલ્લેખનીય સકારાત્મક પ્રભાવ પડે છે. પણ આ સૌથી ઓછી ઉપયોગમાં લેવાતી નેતૃત્વ શૈલી હતી. આવું શા માટે ? ગૌલમેન લખે છે,'મોટાભાગના લીડરોએ આપણને જણાવ્યું કે ભારે દબાણવાળી વર્તમાન અર્થવ્યવસ્થામાં લોકોને શીખવવા અને આગળ

વધવામાં તેમની મદદ કરવા જેવા ધીમા અને થકવી દેનારા કામ માટે તેમની પાસે સમય નથી.'

અને હા, આ ઈ.સ.2000ના એ સુખદ અને શાંતિપૂર્ણ સમયની વાત છે, જ્યારે ઈ-મેઈલની સુવિધા આજની જેમ એક અભિશાપ નહીં બલકે એક વરદાન હતી. જ્યારે વૈશ્વિકરણ તેના પ્રારંભિક કાળમાં હતું અને આપણે સૌએ પોતાનો આત્મા આપણા સ્માર્ટફોનને વેચ્યો નહોતો. અત્યારે દુનિયાભરના વ્યસ્ત મેનેજરોની સાથે કામ કરવાનો મારો અનુભવ કહે છે કે જો ખરેખર કશું થયું છે, તો એ કે બાબતો શ્રેષ્ઠ થવાને બદલે પહેલા કરતાં વધારે ખરાબ થઈ ગઈ છે. આપણી મુશ્કેલીઓ પહેલા કરતાં ક્યાંય વધી ગઈ છે અને આજે અહીં 'કોચિંગ' શબ્દનો ઉપયોગ ઘણો સામાન્ય થઈ ગયો છે ત્યાં જ વાસ્તવિક કોચિંગ હજુ પણ ઓછું થાય છે. અને જ્યારે પણ થાય છે, તો લાગે છે કે જાણે તે કારગર સાબિત નથી થતું.

તમે કદાચ અગાઉ જ પ્રયત્ન કરીને જોઈ ચૂક્યા છો અને નિષ્ફળ રહ્યા છો

સંભવતઃ કોચિંગ સાથે તમારો સામનો કોઈ ને કોઈ રૂપે પહેલા જ થઈ ચૂક્યો હશે. લીડરશિપ ડેવલપમેન્ટ ફર્મ બ્લેસિંગ વ્હાઈટના 2006ના રિસર્ચ પ્રમાણે, 73 ટકા મેનેજર કોઈ ને કોઈ રૂપે કોચિંગ આપવાની ટ્રેનિંગ કરી ચૂક્યા છે. ત્યાં સુધી તો ઠીક છે. જો કે એવું લાગે છે કે કોચિંગ આપવાની આ ટ્રેનિંગ કંઈ બહુ સારી નહોતી. કારણ કે કોચિંગ કરનારા માત્ર 23 ટકા લોકો – જી હા, એક ચતુર્થાંશ કરતા પણ ઓછા – ને જ લાગ્યું કે આનાથી તેમના પ્રદર્શન અને વ્યવસાયિક સંતોષ પર કોઈ ઉલ્લેખનીય પ્રભાવ પડ્યો. દસ ટકા લોકોએ તો ત્યાં સુધી કહ્યું કે તેમને જે કોચિંગ મળ્યું, તેનો તેમના પર નકારાત્મક પ્રભાવ પડી રહ્યો છે. (શું તમે કલ્પના કરી શકો છો કે આ પ્રકારની મીટિંગ્સમાં જતાં કેવું લાગતું હશે ?' હું આપના કોચિંગ સત્રમાં ભાગ લઈને હજુ વધારે ભ્રમિત અને ઓછા પ્રેરિત થવા માટે ઉત્સાહિત છું.')

તો ટૂંકમાં,

સંભવતઃ આપને યોગ્ય પ્રભાવી કોચિંગ મળતું નથી અને સંભવતઃ તમે ખૂબ પ્રભાવી કોચિંગ આપતા નથી.

મારું અનુમાન છે કે કોચિંગની આદત વિકસિત કરવાનો તમારો પહેલો પ્રયત્ન કારગર ન થવા પાછળ ઓછામાં ઓછા ત્રણ કારણ છે. પહેલું કારણ એ કે કોચિંગ આપવાની જે ટ્રેનિંગ તમને મળી, તે કદાચ વ્યવહારિક ઓછી અને સૈદ્ધાંતિક વધારે હતી, ખૂબ જટિલ હતી, થોડી કંટાળાજનક હતી અને તમારા વ્યસ્ત વ્યવસાયિક જીવનની હકીકતથી માઈલો દૂર હતી. એટલે કે એવી ટ્રેનિંગ જે દરમિયાન તમારું ધ્યાન તમારા ઈ-મેઈલનો બેકલોગ આટોપવામાં લાગેલું રહે છે.

અને જો તમારી આ ટ્રેનિંગ રોચક પણ રહી હોય – તો બીજું કારણ એ છે – ત્યારે પણ તમે એ સમજવાનો વધારે પ્રયત્ન નથી કર્યો કે બાબતોને નવી રીતે કરવા માટે ટ્રેનિંગમાં મળેલી નવી અંતર્દૃષ્ટિઓ પર અમલ કેવી રીતે કરવામાં આવે. જ્યારે તમે એ ટ્રેનિંગ પછી પાછા ઓફિસમાં આવ્યા હશો, તો યથાસ્થિતિ ફરી હાવી થઈ ગઈ હશે, નવા પગલાં ભરવાના માર્ગમાં અવરોધ ઊભા થઈ ગયા હશે અને તમે એકવાર ફરીથી એ જ જૂની રીતોથી કામ કરવામાં લાગ્યા હશો, જેનાથી પહેલા કરતા હતા.

ત્રીજું કારણ એ છે કે ઓછી સૂચના આપવી અને વધારે પ્રશ્ન પૂછવાનું વ્યવહાર સંબંધી પરિવર્તન ભલે ઉપરછલ્લી રીતે સહેલું લાગતું હોય, પણ વાસ્તવમાં તે આશ્ચર્યજનક રીતે મુશ્કેલ હોય છે. તમે વર્ષોથી બીજાને સૂચનો આપીને પ્રમોશન અને પ્રશંસા મેળવવા માટે ટેવાયેલા છો. તમને એક એવી વ્યક્તિ તરીકે જોવામાં આવી રહી છે, જેનું યોગદાન ખરેખર મહત્ત્વનું છે. સૂચન આપનારની ભૂમિકા નિભાવવાને કારણે નિયંત્રણ પણ હંમેશા આપના હાથમાં રહ્યું, જે કોઈ બોનસથી ઓછું નહોતું. ત્યાં જ બીજી તરફ જ્યારે આપ પ્રશ્ન પૂછો છો, તો બની શકે કે તમે આ વાત માટે એટલી નિશ્ચિતતા ન અનુભવો કે આપ ખરેખર ઉપયોગી સાબિત થઈ રહ્યા છો કે નહીં.

બની શકે કે આપને લાગે કે આનાથી સંવાદની ગતિ ધીમી થઈ ગઈ છે અને કદાચ આપે સંવાદ પર પોતાનું નિયંત્રણ ગુમાવી દીધું છે (અને નિશ્ચિત રીતે આપ આ નિયંત્રણ ગુમાવી પણ દો છો, પણ એને જ તો બીજાનું 'સશક્તિકરણ' કરવાનું કહે છે). હવે કદાચ આ વાતોથી તમને લાગી રહ્યું હશે કે આ પ્રસ્તાવ એટલો પણ આકર્ષક નથી.

પણ વિશ્વાસ રાખો કે આ એટલું મુશ્કેલ પણ નથી

મારી કંપની બોક્સ ઓફ ક્રેયોન્સમાં અમે તમારા જેવા દસ હજાર કરતાં પણ વધારે વ્યસ્ત મેનેજરોને વ્યવહારિક કોચિંગનું કૌશલ્ય શીખવ્યું છે. સમયની સાથે આપણી સામે જે સચ્ચાઈઓ સ્પષ્ટ થઈ, તે આ પ્રકારની છે –

- કોચિંગ સરળ છે. વાસ્તવમાં આ પુસ્તકમાં આપવામાં આવેલા સાત મુખ્ય પ્રશ્ન તમને લગભગ બધું જ ઉપલબ્ધ કરાવી દે છે, જેની તમારે જરૂર છે.

- તમે કોઈને 10 મિનિટ કે તેનાથી પણ ઓછા સમયમાં કોચ કરી શકો છો. આજની વ્યસ્ત દુનિયામાં તમારે 10 મિનિટ કે તેનાથી પણ ઓછા સમયમાં કોચ કરવા માટે સક્ષમ હોવું પણ જોઈએ.

- કોચિંગ એક અનૌપચારિક અને દૈનિક પ્રવૃત્તિ હોવી જોઈએ. ક્યારેક-ક્યારેક થનારી એક ઔપચારિક પ્રવૃત્તિ ન હોવી જોઈએ કે એક દિવસ અચાનક આવીને કહી દીધું, 'તૈયાર રહો, આજે કોચિંગનો દિવસ છે.'

- તમે કોચિંગની આદત વિકસિત કરી શકો છો, પણ આ માત્ર ત્યારે જ શક્ય હશે, જ્યારે તમારી પાસે નવી આદતો વિકસિત કરવા અને તેને અમલમાં મૂકવાની પ્રમાણિત પ્રક્રિયાઓની સમજ હશે.

પણ બાબતોને બદલવાની તકલીફ શા માટે ઉઠાવવામાં

આવે ? આખરે તમે કોચિંગની આદત વિકસિત શા માટે કરવા ઈચ્છશો?

આવું એટલા માટે કરવું જોઈએ કારણ કે

કોચિંગનો સાર છે, બીજાની મદદ કરવી અને તેમની સંભાવનાઓને ખોલવી. પણ મને વિશ્વાસ છે કે

તમે બીજાની સહાયતા કરવા માટે પહેલેથી જ પ્રતિબદ્ધ છો પણ તેમ છતાં તમને એવું ન લાગ્યું કે તેમને અવારનવાર કોચિંગ આપવું જોઈએ.

તો ચાલો જોઈએ કે બીજાને કોચ કરવાથી તમને શું લાભ પ્રાપ્ત થાય છે ? ખરેખર એનાથી તમને ઓછી મહેનતથી વધુ પ્રભાવ પાડવામાં મદદ મળે છે. જ્યારે તમે પોતાની અંદર કોચિંગની આદત વિકસીત કરી લો છો, તો તમારા માટે એ ત્રણ દુશ્ચક્રોમાંથી બહાર નીકળવું સરળ બની જાય છે, જે આપણાં કાર્યસ્થળને સૌથી વધુ પ્રભાવિત કરે છે. તમારી પર બીજાની જરુરિયાતથી વધુ પડતી નિર્ભરતા, ખરાબ રીતે હેરાન-પરેશાન થવું અને કામથી દૂર થઈ જવું.

પહેલું દુષ્ચક્રઃ તમારી પર બીજાની અત્યંત નિર્ભરતા

બની શકે છે કે, તમને ખ્યાલ હોય કે તમારી ટીમ તમારી ઉપર કંઈક વધુ પડતી જ નિર્ભર રહે છે. એ તમારા માટે બેવડા માર જેવું છે. પહેલાં તો તમે તમારી ટીમને એ માટે તાલીમબદ્ધ કરી છે કે એ તમારી પર અત્યંત નિર્ભર રહે. આ એવી સ્થિતિ છે, જેમાં એ અશક્ત અને તમે હેરાન-પરેશાન થઈ જાઓ છો. વળી એક અનિચ્છનીય બાબત એ છે કે તમે એમની અંદર એ નિર્ભરતા પેદા કરવામાં સફળ રહ્યા છો, એટલે હવે તમારી ઉપર કામનો જરુરિયાતથી વધુ બોજો આવી ગયો છે. સંભવતઃ આ કારણે તમે વ્યવસ્થાના

સશક્તિકરણની પ્રક્રિયામાં એક અવરોધ પણ બની જાઓ છો. એનાથી દરેકની ગતિ અને પ્રેરણા ઓછી થઈ જાય છે. પછી તમે પોતાના લોકોની જેટલી મદદ કરો છો, એમને તમારી મદદની એટલી જ વધુ જરુરિયાત ઊભી થતી રહે છે. એમને મદદની જેટલી વધુ જરુર પડે છે, તમારે એમની મદદ કરવામાં એટલો જ વધુ સમય ખર્ચ કરવો પડે છે.

કોચિંગની આદત વિકસાવવાથી ટીમને વધારે આત્મનિર્ભર બનવામાં મદદ મળશે. ટીમની સ્વાયત્તા અને મહારતની ભાવના વધારીને અને પોતે વચ્ચે આવીને બાબતોનું નિયંત્રણ પોતાના હાથમાં લેવાની જરૂરિયાતને ઘટાડીને તમે સશક્તિકરણની પ્રક્રિયામાં અવરોધ બનવાથી પણ બચી જશો.

બીજું દૃષ્યકઃ વધારે પડતા ચિંતિત થવું

બની શકે છે કે તમારી પાસે એટલું વધારે કામ આવી ગયું હોય કે તેના બોજથી તમે વધારે પડતા ચિંતિત થઈ ગયા હો. પછી આ વાતથી કોઈ ફેર પડતો નથી કે તમે ઉત્પાદકતા વધારનારી દુનિયાની બધી યુક્તિઓમાં મહારત મેળવેલી હોય, તમે જેટલું વધારે કામ કરશો, તમારી ઉપર કામનું દબાણ એટલું જ વધારે વધશે. જેમ-જેમ તમે દરેક દિશામાં પગલું આગળ વધારતા પોતાની ઘણી બધી પ્રાથમિકતાઓ નક્કી કરશો, સતત એક મીટિંગમાંથી બીજી મીટિંગ તરફ દોડતા પોતાની જવાબદારીઓ નિભાવશો અને સતત આવનારા ઘણા બધા ઈ-મેઈલ વારંવાર તમારું ધ્યાન-ભંગ કરશે તો ટૂંક સમયમાં જ એવો સમય આવશે જ્યારે તમે ક્યાંય ફોકસ નહીં કરી શકો. તમારું ફોકસ જેટલું ઓછું હશે, તમે એટલા વધારે ચિંતિત થશો અને તમે જેટલા ચિંતિત થશો, તમારું ફોકસ એટલું જ ઝડપથી ઓછું થતું જશે.

કોચિંગની આદત વિકસિત કરવાથી તમને પોતાનું ફોકસ પાછું મેળવવામાં મદદ મળશે જેથી તમે અને તમારી ટીમ તે કાર્ય કરી શકો, જે ખરેખર યોગ્ય હોય. અને તમે પોતાનો

સમય, ઉર્જા અને સંસાધનોને એ પડકારોનો સામનો કરવા તરફ કેન્દ્રિત કરી શકો, જેનાથી ખરેખર ફરક પડે છે.

ત્રીજું દુષ્ચક્રઃ કામથી દૂર થઈ જવું

આખરે બની શકે કે તમે એ કામથી દૂર થઈ જાઓ, જે ખરેખર યોગ્ય છે. મારું આ અગાઉનું પુસ્તક ‘ડુ મોર ગ્રેટ વર્ક'ની પાછળ મૂળ સિદ્ધાંત એ જ હતો કે માત્ર કામ પૂર્ણ કરો એટલું જ પૂરતું નથી હોતું. પરંતુ તમારે તે કામ કરવામાં વધારે ને વધારે લોકોની મદદ પણ કરવી પડશે, જે સાર્થક નીવડે અને જેનાથી ખરેખર ફેર પડતો હોય. કોઈ વાસ્તવિક ઉદ્દેશ વિના આપણે જે કામ જેટલા વધારે કરીએ છીએ, આપણી પ્રેરણા અને જોડાણ એટલા જ ઓછા થાય છે અને આપણું જોડાણ જેટલું ઓછું થાય છે, ગ્રેટ વર્ક (મહાન કામ) કરવાની આપણી શક્યતા એટલી જ ઓછી થતી જાય છે.

કોચિંગની આદત વિકસિત કરવાથી તમને અને તમારી ટીમને એ કામ સાથે ફરીથી જોડાવામાં મદદ મળશે, જેનાથી ખરેખર ફરક પડે છે એટલું જ નહીં જે સાર્થક પણ છે. કોચિંગથી લોકોને પોતાના એ સંકુચિત ક્ષેત્રમાંથી બહાર નીકળવાની હિંમત મળે છે, જ્યાં તેમના માટે બધું જ સહેલું અને જાણીતું-ઓળખીતું હોય છે. કોચિંગ દ્વારા લોકોને પોતાના અનુભવોમાંથી શીખવાની મદદ મળે છે એટલું જ નહીં બલકે પોતાની શક્યતાઓને ઓળખવી અને તેમાં વધારો કરવો પણ સરળ થઈ જાય છે.

તો વાસ્તવમાં આ રીતે તમે બધા અંતરાયો, મુશ્કેલીઓ અને નિરાશાઓનો સામનો કરો છો. હકીકત તો એ છે કે કોચિંગની આદત વિકસિત કરવી, સારી રીતે કામ કરવા તરફ પોતાના પગલાં વધારવાની એક રીત છે.

> લોકો જેને શોધની નિર્ણાયક ક્ષણ માની બેસે છે,
> તે વાસ્તવમાં પ્રશ્નની શોધ થવી છે.
>
> \- જોનસ સોલ્ક

સાત મુખ્ય પ્રશ્ન

આ પુસ્તકના કેન્દ્રમાં એ સાત પ્રશ્ન છે, જે તમને આ ત્રણ દુષ્ચક્રોમાંથી બહાર કાઢશે અને કામ કરવાની તમારી રીતોને વધારે સારી બનાવશે. આ સાતેય પ્રશ્ન માત્ર તમારા રિપોર્ટોની સાથે જ નહીં પરંતુ ગ્રાહક, સપ્લાયર, બોસ, સહકર્મી અને ત્યાં સુધી કે (ક્યારેક-ક્યારેક, પણ તેની કોઈ ગેરંટી નથી) જીવનસાથી અને કિશોર બાળકોની સાથે પણ કારગર નીવડે છે. આ પ્રશ્નોમાં કાયાપલટ કરવાની ક્ષમતા છે, પછી ભલે તમારા સાપ્તાહિક ચેક-ઈન હોય, વન-ટુ-વન મીટિંગ હોય, ટીમ મીટિંગ હોય. તમારી સેલ્સ મીટિંગ હોય કે પછી (ખાસ કરીને) એવા પ્રસંગો, જ્યારે તમે કોઈ ઔપચારિક મીટિંગ વિના, કોઈ સાથે અચાનક ભટકાઈ જાઓ અને તમારી તેની સાથે વાતચીત થવા માંડે.

શરૂઆતના પ્રશ્ન (કિકસ્ટાર્ટ ક્વેશ્ચન) કોઈપણ વાતચીતને એ રીતે શરૂ કરવાની એક રીત છે, જે કેન્દ્રિત હોય અને જેમાં ખુલ્લાપણું હોય. 'અને કેટલાક' પ્રશ્ન (એ ડબલ્યુ ઈ ક્વેશ્ચન) – દુનિયામાં કોચિંગનો સર્વશ્રેષ્ઠ સવાલ – તમારા માટે સ્વ-પ્રબંધનના સાધન તરીકે અને અહીં પ્રસ્તુત બાકીના છ પ્રશ્નો માટે પ્રોત્સાહન તરીકે કામ કરે છે. ધ્યાન કેન્દ્રિત કરવાનો પ્રશ્ન (ફોકસ ક્વેશ્ચન) અને બુનિયાદી પ્રશ્ન (ફાઉન્ડેશન ક્વેશ્ચન) બંને પડકારના કેન્દ્રમાં જવા સાથે સંબંધિત છે જેથી તમે પોતાનું ધ્યાન એ બાબત પર કેન્દ્રિત કરી શકો, જે ખરેખર અર્થપૂર્ણ હોય. આળસુ પ્રશ્ન (લેઝી ક્વેશ્ચન) તમારો ઘણો બધો સમય બચાવશે. જ્યારે રણનીતિક પ્રશ્ન (સ્ટ્રેટેજિક ક્વેશ્ચન) તમારી સાથે

કામ કરનારાઓનો સમય બચાવશે. પછી આવે છે શીખવાનો પ્રશ્ન (લર્નિંગ ક્વેશ્ચન), જે શરૂઆતી પ્રશ્ન (કિકસ્ટાર્ટ ક્વેશ્ચન)ના વિરુદ્ધ છેડે છે. આ સાતમો પ્રશ્ન સુનિશ્ચિત કરે છે કે તમારી સાથે થનારો સંવાદ સામેની વ્યક્તિ માટે ઉપયોગી નીવડે.

તો શરૂ કરીએ ?

શું તમે તૈયાર છો ? મને વિશ્વાસ છે કે તમે આ સાત મુખ્ય પ્રશ્નો વિશે વિસ્તારપૂર્વક જાણવા માટે ઉત્સુક છો, પણ તેનાથી પહેલા આપણે ટૂંકમાં જાણીશું કે પોતાનું વર્તન કેવી રીતે બદલવામાં આવે. તમને ઉપયોગી સાધન પૂરા પાડવાનો ત્યાં સુધી કોઈ ફાયદો નથી, જ્યાં સુધી તમે તેનો ઉપયોગ ન કરી શકો. પછીનું પ્રકરણ, જે નવી આદતની ફોર્મ્યુલા પર આધારિત છે, આ બાબતમાં તમારી મદદ કરશે. તેનાથી તમે શીખશો કે કોઈ નવી આદતના શરૂઆતના તબક્કામાં એક નવો વ્યવહાર કેમ નથી થતો, સાઈઠ સેકન્ડ આટલી મહત્ત્વની કેમ છે અને નવી આદતની ફોર્મ્યુલા તમારા માટે કેન્દ્રિત વ્યવહાર પરિવર્તનનું સાધન કેવી રીતે બની શકે છે.

આદત કેવી રીતે વિકસાવશો

આમાં આપણે ઈન્ટરનેટ પર જોવા મળનારા જૂઠાણા અને મિથકો પર નિર્ભર રહેવાના બદલે, વ્યવહારમાં પરિવર્તન લાવવાના અસલી વિજ્ઞાનનો ખુલાસો કરીશું.

આ પુસ્તકના કેન્દ્રમાં જે વ્યવહારનું પરિવર્તન છે, તે કંઈક આ રીતે છે – લોકોને વધારે પ્રશ્ન પૂછવા અને તેમને એ ઓછું જણાવવું કે તેમણે શું કરવું જોઈએ. પણ સરળ હોવાનો અર્થ એ નથી કે એ તમારા માટે ડાબા હાથની રમત છે અને કોઈપણ સિદ્ધાંત ત્યાં સુધી કોઈ કામનો નથી હોતો, જ્યાં સુધી તમે એ જાણતા ન હો કે તેને વ્યવહારમાં કેવી રીતે લાવવાનો છે. તો આપણે ક્યું પરિવર્તન લાવવાનું છે, તે જોતા પહેલાં આપણે એ સમજવું પડશે કે પરિવર્તન કેવી રીતે લાવી શકાય છે.

તમે અગાઉથી જ જાણો છો કે વ્યવહારની જૂની રીતોને બદલવી મુશ્કેલ હોય છે, ભલે એ પરિવર્તન પાછળ તમારા હેતુ ગમે તેટલા સારા હોય. અથવા પછી હું જ એકમાત્ર એવી વ્યક્તિ છું જેણે –

- એ સોગંદ ખાધી કે પોતાની સવારની શરૂઆત ઈ-મેઈલ ચેક કરવાથી નહીં કરું, છતાં પણ અડધી રાત્રે પોતાને જ મોબાઈલ પર ઈ-મેઈલ ચેક કરતી જોઈ.

- માનસિક શાંતિ માટે શિસ્તપૂર્વક ધ્યાન કરવાનો નિર્ણય લીધો, પરંતુ જમીન પર બેસીને, આંખો બંધ કરીને શ્વાસ લેવા માટે માત્ર પાંચ મિનિટનો પણ સમય કાઢી શક્યો નહીં.

- એ પ્રતિજ્ઞા લીધી કે દરરોજ બપોરના સમયે બ્રેક લઈશ જેથી શાંતિથી બેસીને લંચ કરી શકું, પણ પોતાને કામની વચ્ચે પોતાની ડેસ્ક પર જ સેન્ડવિચ ખાતા અને પછી કી-બોર્ડ પર પડેલા બ્રેડના ઝીણા-ઝીણા ટુકડાને સાફ કરતો અનુભવ્યો.
- થોડા સમય માટે શરાબથી પરહેજ રાખવાનો નિર્ણય કર્યો, પરંતુ દિવસના અંતે ઓસ્ટ્રેલિયન શિરાજ વાઈનથી ભરેલો ગ્લાસ પોતાના હાથમાં જોયો.

જો તમે ડ્યૂક યુનિવર્સિટીના એક રિસર્ચ વિશે જાણો છો તો આ બધું તમને વધારે આશ્ચર્યજનક નહીં લાગે. આ રિસર્ચ પ્રમાણે, જાગતી વખતે આપણો ઓછામાં ઓછો 45 ટકા વ્યવહાર આદતવશ હોય છે. જો કે આપણને લાગે છે કે બધું નિયંત્રણ આપણા હાથમાં છે, પરંતુ વાસ્તવમાં એવું નથી. આપણે પોતાની ચેતન અવસ્થામાં કેવું વર્તન કરીશું, તેનું પૂર્ણ નિયંત્રણ આપણી પાસે હોતું નથી. કારણ કે આપણે પોતાના અવચેતન કે અચેતન મન દ્વારા સંચાલિત થતા હોઈએ છીએ. આ આશ્ચર્યજનક વાત છે અને સાથે જ થોડી ચિંતિત કરનારી પણ.

પોતાના વ્યવહારને કેવી રીતે બદલવા, એ વિશે હંમેશા ઘણી બધી જાણકારીઓ ઉપલબ્ધ થતી રહે છે. જો આ વાતને વધારે સ્પષ્ટ શબ્દોમાં કહીએ તો ખોટી માહિતીઓનું આખું જંગલ છે, જે આખું વર્ષ એ સમયે વધારે હર્યું-ભર્યું થઈ જાય છે, જ્યારે મોટાભાગની વ્યક્તિ નવા વર્ષે જાત-જાતના સંકલ્પો લેતી હોય છે. તમે સાંભળ્યું હશે કે જો તમે કોઈ બાબતને 21 દિવસ સુધી કરો તો તે તમારી આદત બની જાય છે. જ્યારે આમાં કોઈ વાસ્તવિકતા નથી. આ એક કલ્પનામાત્ર છે, પણ હવે આ વાત ઈન્ટરનેટ પર કોઈ ઝોમ્બીની જેમ હાજર છે, જેનો અંત આવતો જ નથી.

આનંદની વાત એ છે કે ન્યૂરોસાયન્સ (તંત્રિકા વિજ્ઞાન) અને બિહેવિયરલ ઈકોનોમિક્સ (વ્યવહારવાદી અર્થશાસ્ત્ર) પર આધારિત એવા નક્કર નિષ્કર્ષોમાં વૃદ્ધિ થઈ છે, જેણે પાછલા કેટલાક વર્ષોમાં એક સ્પષ્ટ માર્ગ બનાવવામાં મદદ કરી છે. એક પ્રભાવક નવી

આદત વિકસિત કરવા માટે તમારે પાંચ મુખ્ય ઘટકોની જરૂર હોય છે – કારણ, ટ્રિગર, સૂક્ષ્મ–આદત, પ્રભાવક અભ્યાસ અને યોજના.

એક પ્રતિજ્ઞા લો

તમે તમારી કામ કરવાની પદ્ધતિ બદલવા જેવું મુશ્કેલ પગલું શા માટે ઉઠાવશો ? આ માટે તમારી સામે એ સ્પષ્ટ હોવું જોઈએ કે પોતાના જૂના વ્યવહારને બદલવાથી તમને શું લાભ થશે, એવા વ્યવહાર જે તમારા માટે માત્ર સામાન્ય જ નથી બલકે તમે તેમાં કુશળ પણ છો (તમારી કુશળતાનો અર્થ વ્યવહારનું પ્રભાવક હોવું નથી). મજાની વાત એ છે કે અહીં સ્પષ્ટતાનો અર્થ પોતાની સફળતાની કલ્પના કરવી નથી. રિસર્ચ કહે છે કે જો તમે પરિણામની કલ્પના કરવામાં જરૂર કરતાં વધારે સમય વીતાવશો, તો એ પરિણામને પ્રાપ્ત કરવા માટે તમે જે જરૂરી પગલાં ઉઠાવવા ઈચ્છશો, તેના માટે તમારો ઉત્સાહ ઓછો થઈ જશે. પોતાના પુસ્તક 'ઝૈન હેબિટ્સઃમાસ્ટરિંગ ધ આર્ટ ઓફ ચેંજ' માં લેખક લિઓ બાબોટાએ દૂરનું વિચારવા સાથે જોડાવાની એવી રીત જણાવી છે, જે ખરેખર સહાયક થઈ શકે છે. તે એક પ્રતિજ્ઞા લેવાની વાત કરે છે, જે બીજાની સેવા કરવા સાથે જોડાયેલી હોય. લિઓએ પોતાની પત્ની અને નવજાત દીકરી પ્રત્યે પોતાની પ્રતિબદ્ધતા જાહેર કરવા માટે ધૂમ્રપાનની આદત છોડી દીધી. તો આ વિચારવાને બદલે કોઈ નવી આદત તમારે માટે શું કરી શકે છે, એ વિચારો કે આ આદત કોઈ એવી વ્યક્તિ માટે કેવી રીતે સહાયક નીવડી શકે છે, જેની તમે ખરેખર પરવા કરો છો.

પોતાના ટ્રિગરની શોધ કરો

ચાર્લ્સ ડુહિગનું પુસ્તક 'ધ પાવર ઓફ હેબિટ' વાંચીને જે મુખ્ય અંતર્દષ્ટિ મળે છે, તે આ પ્રમાણે છે – જો તમે નથી જાણતા કે તમારા જૂના વ્યવહારને કઈ બાબત ટ્રિગર કરે છે, તો તમે એ વ્યવહારને ક્યારેય બદલી શકશો નહીં. કારણ કે તમને જાણ થાય તે પહેલાં જ તમે એ વ્યવહાર કરી ચૂક્યા હશો. તમે જેટલી સ્પષ્ટતાથી વ્યવહારના ટ્રિગર થવાના ક્ષણને જાણી લેશો, આ જાણકારી તમારા માટે એટલી જ ઉપયોગી સાબિત થશે. ઉદાહરણ તરીકે, 'ટીમની

મીટિંગમાં' એવો ટ્રિગર ત્યારે વધારે ઉપયોગી થશે, જ્યારે આ એટલું સ્પષ્ટ હશે કે 'જ્યારે મને ટીમની મીટિંગમાં આવવા માટે કહેવામાં આવશે.' આ ત્યારે હજુ વધારે ઉપયોગી બની જશે, જ્યારે આ કંઈક આ રીતે થશે, 'જ્યારે ટીમની મીટિંગમાં જેની પોતાના આઈડિયા પર મારી પાસે ફીડબેક માંગશે.' આ પ્રકારની સ્પષ્ટતા રાખવાથી તમને એક નવી અને મજબૂત આદત વિકસિત કરવાનો શરૂઆતનો મુદ્દો મળી જશે.

સ્પષ્ટ અને સંક્ષિપ્ત રાખો

જો તમે પોતાની નવી આદતને એક અમૂર્ત કે અસ્પષ્ટ રીતે પરિભાષિત કરો છો, તો કોઈ ફાયદો નહીં થાય. જો તેને કરવામાં ઘણો વધારે સમય લાગે છે, તો તમારું શક્તિશાળી મગજ તમારા સારા ઈરાદાઓને નબળા કરવાનો કોઈ ને કોઈ રસ્તો જરૂર શોધી લેશે. tinyhabits.com પર બી.જે.ફોગના કાર્યથી એ સ્પષ્ટ થાય છે કે તમારે પોતાની નવી આદતને એવી સૂક્ષ્મ–આદત તરીકે પરિભાષિત કરવી જોઈએ, જેના પર અમલ કરવામાં 60 સેકન્ડ કરતાં વધારે સમય ન લાગે. આ વાસ્તવમાં પહેલા કે બીજા તબક્કામાં પૂર્ણ સ્પષ્ટતા લાવવાનો પ્રયત્ન છે, જે તમને હજુ મોટી આદતની દિશામાં લઈ જઈ શકે છે. સ્પષ્ટ અને સંક્ષિપ્ત દિશા-નિર્દેશ આ પુસ્તકની બાબતમાં ખાસ કરીને કારગર છે કારણ કે આમાં આપવામાં આવેલા સાતેય મુખ્ય પ્રશ્ન એવા જ છે.

ઊંડાણથી અભ્યાસ કરો

લેખક ડૈન કોએલે પોતાના પહેલા પુસ્તક 'ધ ટેલેન્ટ કોડ' માટે આ વિષય પર રિસર્ચ કર્યું કે વિશ્વના કેટલાક વિસ્તાર, કેટલાક વિશેષ કૌશલ્યો માટે પ્રતિભાના ગઢ કેમ માનવામાં આવતા હતા. જેમ કે – બ્રાઝિલ-ફૂટબોલ માટે, મૉસ્કો-મહિલા ટેનિસ માટે, ન્યૂયોર્ક-મ્યુઝિક માટે (જેમ કે જૂલિયાર્ડ સ્કૂલ). આ ત્રણેય સ્થળ પ્રતિભાના ગઢ હતા અને તેની પાછળ એક વિશેષ કારણ જવાબદાર હતું – એ વાતની સમજ કે સારો અભ્યાસ કેવી રીતે કરવાનો છે – કોયલ તેને 'ઊંડા અભ્યાસ'નું નામ આપે છે. ઊંડા અભ્યાસના ત્રણ ઘટક હોય છે, જે

આ રીતના છેઃ

- કોઈ મોટા એક્શનના નાના-નાના ભાગનો અભ્યાસ કરવો. (ઉદાહરણ માટે આખી ટેનિસ સર્વિસનો અભ્યાસ કરવાને બદલે તમે માત્ર દડાને ઉપર ઉછાળવાનો અભ્યાસ કરો છો.)

- પુનરાવર્તન, પુનરાવર્તન અને પુનરાવર્તન.....અને પુનરાવર્તન. આને ઝડપથી કરો, ધીમી ગતિથી કરો, અલગ-અલગ રીતે કરો. પણ એકશનનું પુનરાવર્તન કરતા રહો.

- અને અંતે, સાવધાન રહેવું અને એ વાત પર ધ્યાન રાખવું કે આ ક્યારે સારી રીતે થઈ રહ્યું છે. જ્યારે આ સારી રીતે થાય, તો આ સફળતાનો ઉત્સવ ઉજવો. પણ એના માટે તમારે મોએટ શૈમ્પેનની બોટલ ખરીદવાની જરૂર નથી, જો કે જો તમે ઈચ્છો તો એવું કરી પણ શકો છો. સફળતાનો ઉત્સવ ઉજવવા માટે પોતાની મુઠ્ઠી બાંધીને હવામાં લહેરાવો તો પણ ઘણું છે.

કૃપા કરીને પછીના પત્રમાં મને કોઈ સારી સલાહ આપો. હું વચન આપું છું કે તેને નહીં માનું.

- એડના સેંટ વિંસેટ મિલે

યોગ્ય માર્ગે પાછા આવવાની યોજના બનાવો

જ્યારે તમે ઠોકર ખાઓ છો – ઠોકર દરેક વ્યક્તિએ ખાવી પડે છે – તો હાર માની લેવી ખૂબ સરળ હોય છે. 'હું બાકીની કેક પણ ખાઈ શકું છું કારણ કે હું કેકની એક સ્લાઈસ તો ખાઈ ચૂક્યો છું.' પોતાનું પુસ્તક 'મેકિંગ હેબિટ્સ, બ્રેકિંગ હેબિટ્સ' માં જેરેમી ડીન આ વાસ્તવિકતાનો સામનો કરવામાં આપણી મદદ કરે છે કે આદત વિકસિત કરવાના પ્રયત્નમાં આપણે પૂર્ણતા પ્રાપ્ત નહીં કરી શકીએ. એ નક્કી છે કે કોઈ ને કોઈ દિવસે એવી ક્ષણ જરૂર આવશે, જ્યારે આપણે ભૂલ

કરીશું. તેથી તમારે એ જાણવાની જરૂર છે કે જ્યારે આવું થાય ત્યારે શું કરવું જોઈએ. એક લવચિક સિસ્ટમની પાસે નિષ્ફળતાઓનો સામનો કરવાની રીત જરૂર હોય છે જેથી જ્યારે પણ કોઈ ભૂલ થાય કે કંઈક તૂટે તો તેને બચાવવા અને ફરીથી પાછા ટટ્ટાર ઊભા થવાનો તબક્કો બિલકુલ સ્પષ્ટ હોય. એટલે તમારી આદતને એક લવચિક સિસ્ટમ તરીકે વિકસિત કરો.

દરેક બાબત સુનિયોજિત કરો – નવી આદતની ફોર્મ્યુલા

બોક્સ ઓફ ક્રેયોન્સના કોચિંગ-કૌશલ્ય વર્કશોપમાં આપણે વિશેષ આદતોને પરિભાષિત કરવા અને તેના પ્રત્યે પ્રતિબદ્ધ બનવામાં સહભાગીઓને મદદ કરવા પર ધ્યાન કેન્દ્રિત કર્યું છે. (એક્શન વિશે જણાવવાને બદલે, જેને ઓછા લોકો જ વ્યવહારમાં લાવે છે) આ મામલામાં લોકોની મદદ કરવા માટે આપણે ઉપરોક્ત અંતર્દષ્ટિઓમાંથી ઘણું બધું લીધું અને પછી વાસ્તવિક દુનિયામાં લાગુ કરીને તેનું પરીક્ષણ કર્યા પછી નવી આદતની ફોર્મ્યુલા તૈયાર કરી, પોતાના મતવાંછિત નવા વ્યવહારને સ્પષ્ટ કરવા અને શરૂ કરવાની એક સહેલી, સરળ અને પ્રભાવી રીત.

આ ફોર્મ્યુલાના ત્રણ ભાગ છે – ટ્રિગરની ઓળખ કરવી, જૂની આદતની ઓળખ કરવી અને નવા વ્યવહારને પરિભાષિત કરવો. આ કંઈક આ રીતે કામ કરે છે –

ટ્રિગરની ઓળખ કરવી – જ્યારે આવું થાય છે....

જ્યારે તમે કોઈ દ્વિમાર્ગે ઊભા હો અને તમારી પાસે બે વિકલ્પ હોય, પહેલી વ્યવહારની જૂની અને જાણીતી-ઓળખીતી રીત અને બીજી રોબર્ટ ફ્રોસ્ટવાળી ઓછી જાણીતી રીત, તો એ જ ક્ષણે પોતાના ટ્રિગરને જાણી લો. જો તમે આ ક્ષણને નહીં ઓળખો, તો સતત તેને ચૂકતા જશો અને આ રીતે પોતાના વ્યવહારને બદલવાની તક પણ ગુમાવી દેશો.

તમે તેને જેટલું સ્પષ્ટ બનાવશો, એટલું જ સારું રહેશે ચાર્લ્સ ડુહિગ કહે છે કે ટ્રિગર માત્ર પાંચ પ્રકારના હોય છે – સ્થાન, સમય, ભાવનાત્મક અવસ્થા, લોકો અને હાલમાં થયેલી પાછળની એક્શન. તમે જોઈ શકો છો કે પોતાનું ટ્રિગર પરિભાષિત કરવા માટે આમાંથી કોઈનો પણ ઉપયોગ કરી શકાય છે. ઉદાહરણ તરીકે, એક ટ્રિગર એ હોઈ શકે છે કે 'જ્યારે હું મારી સાપ્તાહિક મીટિંગમાં (સમય) બૉબની સાથે (લોકો) હતાશા અનુભવું છું (ભાવનાત્મક અવસ્થા) કારણ કે તે કહે છે કે વાસ્તવમાં મેં તેના વિશે વિચાર્યું જ નથી (એક્શન).

જૂની આદતને ઓળખવી – તેને બદલે.....

જૂની આદતને સ્પષ્ટ કરો જેથી તમને જાણ હોય કે તમે શું અટકાવવાનો પ્રયત્ન કરી રહ્યા છો. એકવાર ફરીથી કહી દઉં કે તમે એને જેટલું સ્પષ્ટ બનાવશો, તે તમારા માટે એટલું જ સારું રહેશે. ઉદાહરણ તરીકે (અને ઉપરોક્ત ઉદાહરણને ચાલુ રાખતા) – હું બૉબને પૂછું છું, 'શું તેં ફલાણી વસ્તુ વિશે વિચાર્યું?' અને પોતાના મનમાં ઉઠતા નારાજગીભર્યા વિચારોની વચ્ચે એ આશા રાખું છું કે તે મારો ઈશારો સમજી જશે, જેને મેં એક છદ્મ પ્રશ્ન તરીકે તેની સામે મૂક્યો.

નવા વ્યવહારની વ્યાખ્યા કરવી – હું કરીશ....

નવો વ્યવહાર એટલે કે એ વ્યવહારની વ્યાખ્યા કરો, જેના પર અમલ કરવામાં 60 સેકન્ડ કે તેના કરતાં પણ ઓછો સમય લાગતો હોય. આપણે જાણીએ છીએ કે તમે આ પુસ્તકના માધ્યમથી વ્યવહારમાં જે પાયાનું એટલેકે બુનિયાદી પરિવર્તન લાવવા ઈચ્છો છો, તે છે ઓછી સલાહ આપવી અને વધારે જિજ્ઞાસા દેખાડવી. સાત મુખ્ય પ્રશ્નોની એક ઉત્તમ વાત, જે ટૂંક સમયમાં જ તમારી સામે આવશે, તે એ છે કે તમે આમાંથી દરેક સવાલને સાઈઠ સેકન્ડ અથવા તેના કરતાં પણ ઓછા સમયમાં પૂછી શકો છો.

તો મારા ઉદાહરણનો અંત લાવતા, હું બૉબને પૂછીશ, 'તો હવે તારી પાસે ક્યો આઈડિયા છે?'

દરેક પ્રશ્ન પર કેન્દ્રિત પ્રકરણના અંતે હું તમને એ પ્રશ્ન પર આધારિત પોતાની એક આદત વિકસિત કરવાનું કહીશ. આપણે આ અવધારણાઓ અંગે ફરી વિચાર કરતા રહીશું અને તમને દરેક પ્રશ્નના કેટલાક સાચા ઉદાહરણ આપીશું જેથી તમે જોઈ શકો કે નવી આદતની ફોર્મ્યુલા અને સાત મુખ્ય પ્રશ્ન વાસ્તવિક દુનિયામાં કેવી રીતે કામ કરે છે.

કોચિંગની આદત વિકસિત કરવા અંગે અંતિમ શબ્દ

આ સહેલું પણ છે અને નથી પણ. પોતાના વ્યવહારને બદલવો મુશ્કેલ હોય છે અને કોઈ વસ્તુને અલગ રીતે કરવા માટે સાહસની જરૂર હોય છે. અને જ્યારે પહેલી વાર પ્રયત્ન કારગર નથી થતો (આ બાબતમાં પણ એવું જ થશે) તો તેને ચાલુ રાખવા માટે લવચિકતાની જરૂર હોય છે. પરિવર્તનનો નિયમ છે કે જેવા તમે કશુંક નવું કરવાનો પ્રયત્ન કરો છો, તમારે કોઈ ને કોઈ પ્રકારના પ્રતિરોધનો સામનો કરવો પડે છે અને પછી એક જાણીતા અમેરિકન ટીવી ધારાવાહિક ડિફરન્ટ સ્ટ્રોક્સની શૈલીમાં તમને પૂછવામાં આવે છે, 'તું શાના વિશે વાત કરી રહ્યો છે, વિલિસ ?' આ પ્રતિરોધનો સામનો કરવા માટે નીચેના સૂચનોનું પાલન કરો –

- **સહેલી શરૂઆત કરો** – જો તમે કોઈનું પ્રબંધન અલગ ઢબે કરવા જઈ રહ્યા છો તો કોઈ એવી વ્યક્તિને પસંદ કરો જે તેના માટે પૂર્ણપણે તૈયાર હોય અને તમારા માટે કોઈ મુશ્કેલી ઊભી ન કરે. અથવા પછી કોઈ એવી વ્યક્તિને પસંદ કરો, જેની સાથે તમારો મામલો પહેલેથી જ એટલો ગરબડ હોય કે તમારી પાસે ગુમાવવા માટે કશું જ ન હોય.
- **નાના પાયે શરૂઆત કરો** – પુસ્તકમાં આપવામાં આવેલા

બધા વિચારોને કોઈપણ મામલામાં એકસાથે સામેલ કરવાના ચક્કરમાં ન પડશો. બસ કોઈ નાની વસ્તુથી શરૂઆત કરો અને તેમાં મહારત હાંસલ કરવાનો પ્રયત્ન કરો જેથી તે તમારી 'નસ-નસમાં સમાઈ જાય.' એ પછી બીજી બાબત તરફ આગળ વધો.

- **મિત્રો બનાવો** – વ્યવહારમાં પરિવર્તન લાવવા અને સારા વ્યવહારને સ્થાપિત કરવા મારી પાસે કેટલાક મહત્ત્વના લોકોની એક સપોર્ટ સિસ્ટમ છે. તેમાં એક કોચ અને એક માસ્ટરમાઈંડ સમૂહ સામેલ છે, જે સાપ્તાહિક સંપર્ક ધરાવે છે અને બે સપ્તાહમાં એકવાર ફોન પર સંપર્ક કરે છે, એ બીજો માસ્ટરમાઈંડ સમૂહ છે, જે દર ત્રણ મહિનામાં સંપર્ક કરે છે અને મારા આઈફોનમાં વર્તમાન આદતો સાથે જોડાયેલા ત્રણ એપ પણ છે. સાથે જ હું આ વિષય અંગે સારી જાણકારી પણ ધરાવું છું. તો આ જ રીતે તમે પણ કોઈ દોસ્ત કે સહકર્મીને પોતાની સાથે જોડો અને આ બાબતમાં એક-બીજાના સંપર્ક બનો, એકબીજાને પ્રોત્સાહિત કરો, મળીને અભ્યાસ કરો અને સફળતાનો ઉત્સવ ઉજવો.

- **ફરીથી સાચા માર્ગ પર પરત ફરો** – આદત છૂટી જશે અને હંમેશા કારગર પણ નહીં રહે. જ્યારે તમે શીખવાનું શરૂ કરશો, તો એ અવસ્થામાં તમને થોડું વિચિત્ર પણ લાગશે. આ અવસ્થાને 'સચેત અક્ષમતા' (જે થોડું અપમાનજનક પણ એકદમ સટીક છે) કહેવામાં આવે છે પરંતુ વિચારપૂર્વક રીતે નિયમિત અભ્યાસ કરીને તમે 'સચેતન સક્ષમતા'ની અવસ્થામાં પહોંચી શકો છો, જે વાસ્તવમાં ક્યાંય વધારે સુખદ અવસ્થા હશે.

ક્યારેક-ક્યારે ઘણા બધા પ્રશ્ન પૂછનારી વ્યક્તિનો સામનો કરવો એ પેરિસના આ ગોળ માર્ગ પર ગાડી ચલાવવા જેવું જ હોય છે. તમને સતત પ્રશ્ન પૂછવામાં આવતા હોય છે અને તેનો જવાબ આપવા માટે તમને પૂરતો સમય પણ મળતો નથી, જેના કારણે તમે ચકિત અને ભ્રમિત અવસ્થા અનુભવવા લાગો છો.

કેટલાક લોકો તેને પ્રશ્ન પૂછવાની ડ્રાઈવ-બાય રીત કહે છે. આ એવી રીત છે જેમાં એક સહજ અને સ્વાભાવિક વાતચીતને બદલે અપ્રિય પૂછપરછનો ભાવ હોય છે.

એક સમયે એક જ પ્રશ્ન પૂછો.
માત્ર એક પ્રશ્ન.

<u>આ રહી તમારી નવી આદત</u>

જ્યારે આવું થાય.....

માારા એક પ્રશ્ન પૂછ્યા પછી....

તો આ કરવાને બદલે....

એક બીજો પ્રશ્ન પૂછવો. પછી કદાચ એક બીજો પ્રશ્ન. અને તે પછી એક બીજો પ્રશ્ન. કારણ કે આખરે આ બધા સારા પ્રશ્ન છે અને હું તેનો જવાબ જાણવા માટે ખરેખર ખૂબ ઉત્સુક છું....

હું આ કરીશ....

માત્ર એક પ્રશ્ન પૂછવો. (અને પછી ચૂપ થઈ જવું, તેનો જવાબ મળવાની રાહ જોવી.)

શરૂઆતના પ્રશ્ન

આમાં તમને એ પહેલા પ્રશ્નની શક્તિની અનુભૂતિ થશે, જેનાથી વાતચીત ઝડપથી શરૂ થઈને ગહનતાની તરફ જાય છે.

<u>સ્થિતિને સહજ બનાવી વાતચીત શરૂ કરવી</u>

પહેલી પંક્તિ સારી હોય, તો ઘણો ફેર પડે છે. જેમ કે 'ખૂબ જૂની વાત છે, એકવાર....' અથવા 'એક સમયની વાત છે, જ્યારે હું....'

પોતાની ટીમને વધારે કોચ ન કરવા પાછળ એક કારણ એ પણ હોય છે કે મોટાભાગના મેનેજરો એ જાણતા જ નથી હોતા કે તે આની શરૂઆત કેવી રીતે કરે. એક સામાન્ય વિચાર એવો છે કે જો હમણાં મારું કામ ચાલી રહ્યું છે, તો પછી ચિંતાની કોઈ વાત નથી. પણ તમારું કામ કેવી રીતે ચાલે છે ? જો તમે કોઈ એવી વાતચીત દરમિયાન અટકી જાઓ છો, તો જરા બનાવટી, ઉબાઉ કે અનુપયોગી લાગી રહી હોય, તો એની પાછળ આ ત્રણે બાબતો હોઈ શકે છે – હલકી-ફુલકી ગપશપ, રટાયેલો એજન્ડા, પહેલેથી જ નક્કી એવું મૂલ્યાંકન.

હલકી-ફુલકી ગપશપ

યાદ રાખો, હલકી-ફુલકી ગપશપની પોતાની એક ઉપયોગિતા હોય છે. વાસ્તવમાં આ કોઈ વ્યક્તિની સાથે થોડી જ મિનિટોમાં સહજ થવા અને જોડાવા, સંબંધ બનાવવા અને સામેવાળાની માનવીયતા

યાદ રાખવા અને તેમને પોતાની માનવીયતા યાદ અપાવવાની એક સારી રીત છે. પણ તેનું એક બીજું પાસુ પણ છે. જ્યારે આ અનુભૂતિ થતાં જ તમારું મન ડૂબવા લાગે છે કે તમે વાતચીત માટે નક્કી કરેલી પંદર મિનિટોમાંથી આઠ મિનિટ હલકી-ફુલકી ગપશપમાં જ વાપરી નાખી છે. આ એવી ક્ષણો છે, જ્યારે તમારા મનમાં આ વિચાર આવે છે, ‘હદ છે ! શું ખરેખર આ નકામી ગપશપ કરવી જરૂરી છે ? આખરે સિઝન (ઋતુ) વિશે ચર્ચા કરવાનો શું અર્થ છે ? આ ચર્ચાનો શું ફાયદો કે ઠંડીની ઋતુમાં કેનેડામાં કેટલો બરફ પડે છે ? અથવા એ વિશે ગપ્પા મારવાથી શું થશે કે ફલાણી ફૂટબોલ ટીમે મેદાનમાં કેવું પ્રદર્શન કર્યુ ? તો હળવી ગપશપ ભલે અંદરોઅંદર સહજતા અને ગર્મજોશી લાવવાની એક ઉપયોગી રીત હોય, પરંતુ આવું ખૂબ ઓછું બને છે જ્યારે આ ગપશપ વાતચીતના એ વિષય સુધી જવાનો માર્ગ બને, જે ખરેખર અર્થપૂર્ણ હોય.

રટાયેલો એજન્ડા

આ સ્થિતિ સામાન્ય રીતે નિયમિત બેઠકોમાં જોવા મળે છે – એ જ સ્થળ, એ જ સમય, એ જ લોકો અને એ જ એજન્ડા. આ તથ્યો અને આંકડાઓનું પુનરાવર્તન કરવાનો એક નીરસ અવસર હોય છે, જ્યાં એવા રિપોર્ટ રજૂ કરવામાં આવે છે, જે વાસ્તવિક સ્થિતિ પર ઓછો પ્રકાશ પાડે છે, પણ ઓરડાની બધી ઉર્જા શોષી લે છે. બની શકે છે કે તે એજન્ડા એક અઠવાડિયું, એક મહિનો અથવા એક વર્ષ પહેલા સુધી બિલકુલ યોગ્ય હોય, પરંતુ હવે તે એજન્ડા એ બાબતના માર્ગમાં માત્ર એક અંતરાય સમાન છે, જે ખરેખર અર્થપૂર્ણ હોય.

પહેલેથી જ નક્કી એવું મૂલ્યાંકન

અહીં એ વિશે કોઈ વાતચીત કે પ્રશ્ન નથી હોતો કે અસલ મુદ્દો શું છે. તમે બસ આ વાતને લઈને નિશ્ચિત હો છો કે તમે મુદ્દો શું છે તે જાણો છો. અથવા પછી સામેની વ્યક્તિ નિશ્ચિત હોય છે કે તે મુદ્દા વિશે જાણે છે. અથવા પછી તમે બંને આ વાત માટે નિશ્ચિત હો છો કે તમે મુદ્દા વિશે જાણો છો. તો બસ.... ! તમે તે

મુદ્દો ઉકેલવા માટે તૈયાર થઈ જાઓ છો, જેના વિશે 'કદાચ' જ તમે જાણો છો. આ પ્રતિક્રિયાથી ભલે તમને સારી અનુભૂતિ થાય અને લાગે કે કામ આગળ વધી રહ્યું છે કારણ કે તમે કશુંક ઉકેલવામાં લાગેલા છો. પણ વાસ્તવમાં તમે ખોટી દિશા તરફ ભટકી ગયા હો છો. પછી તમે ઝડપથી અને બુદ્ધિમત્તાથી આગળ વધી રહ્યા હો, પણ તેનો કોઈ લાભ થવાનો નથી કારણ કે તમારી દિશા જ ખોટી છે.

શરૂઆતનો પ્રશ્ન – 'તમારા મનમાં શું ચાલી રહ્યું છે?'

ઝડપથી જ સાચા સંવાદમાં પરિવર્તિત થનારી વાતચીત શરૂ કરવાની એકમાત્ર અચૂક રીત છે, સામેવાળી વ્યક્તિને પૂછવું કે 'તમારા મનમાં શું ચાલી રહ્યું છે.' પણ આ સ્થિતિની નજાકત સમજીને પૂછવાનો પ્રશ્ન છે જેથી આ જરૂર કરતાં વધારે ખણખોદ કરીને પૂછાનારો પ્રશ્ન ન લાગે અને સાથે કંઈ વધારે જ ખુલ્લા દૃષ્ટિકોણવાળો પણ ન લાગે.

જો કે આ સવાલ પોતે જ ખુલ્લા દૃષ્ટિકોણવાળો છે તેથી તેના કારણે લોકોને વાતનો મર્મ સમજવાની અને તે વહેંચવાની તક મળે છે, જે તેમના માટે ખરેખર મહત્ત્વપૂર્ણ છે. આ પ્રશ્ન પૂછીને તમે સામેવાળી વ્યક્તિને કશું જણાવતા નથી, ના કોઈ માર્ગદર્શન આપો છો. તમે તો માત્ર ભરોસો અપાવતા હો છો અને તેને એ આઝાદી આપો છો કે તે પોતાના માટે વિકલ્પની પસંદગી પોતે જ કરે.

તેમ છતાં આ એક કેન્દ્રિત સવાલ પણ છે. આ સામેવાળી વ્યક્તિ માટે એ વાતનું નિમંત્રણ નથી કે તે આવીને તમને ગમે તે જણાવવાનું શરૂ કરી દે. બલકે આ તો એ બાબતની દિશામાં જવાનું પ્રોત્સાહન છે, જે તેના માટે ખરેખર રસપ્રદ છે, જેનાથી તેના હૃદયના ધબકારા ઝડપી થઈ જાય, જેમાં તે પૂર્ણપણે ડૂબી જાય અને જેના કારણે સવારે ચાર વાગ્યે પણ તેની ઊંઘ તરત જ ઊડી જાય.

આ એવો પ્રશ્ન છે જે કહે છે કે આવો, એ બાબતો વિશે ચર્ચા કરીએ, જે સૌથી વધારે અર્થપૂર્ણ હોય. આ એવો સવાલ છે,

જે હલકી-ફુલકી ગપશપને પાછળ છોડીને આગળ નીકળી જાય છે, રટાયેલા એજન્ડાનો અંત લાવી દે છે અને પહેલેથી નક્કી મૂલ્યાંકનને રદ કરી નાખે છે.

એકવાર આ પ્રશ્ન પૂછ્યા પછી, આગળના સંવાદને યોગ્ય દિશા તરફ કેન્દ્રિત કરવા માટે તમે મારા '૩પી મોડલ' નામના ફ્રેમવર્કનો ઉપયોગ કરી શકો છો. પરંતુ '૩પી મોડલ' પર જતાં પહેલા, કોચિંગના બે પ્રકારો વચ્ચેનો ભેદ સમજવો પડશે.

પ્રદર્શન માટે કોચિંગ વિરુદ્ધ વિકાસ માટે કોચિંગ

પ્રદર્શન માટે કોચિંગ અને વિકાસ માટે કોચિંગમાં ફેર હોય છે. પ્રદર્શન માટે કોચિંગ વાસ્તવમાં એક વિશિષ્ટ સમસ્યા કે પડકારને ઓળખીને તેનો સામનો કરવા સાથે જોડાયેલું હોય છે. તેનો સંબંધ કોઈ ગરબડ થતા તેને સંભાળવા, પોતાના સ્વજનોમાં જોશ ભરવા અને મુશ્કેલ પરિસ્થિતિઓમાં પણ બધાને જોડીને રાખવા સાથે હોય છે. વાસ્તવમાં આ રોજબરોજની જવાબદારીઓ પર કેન્દ્રિત હોય છે અને મહત્ત્વપૂર્ણ હોવાની સાથે-સાથે જરૂરી પણ છે. જ્યારે વિકાસ માટે કોચિંગનો સંબંધ છે, મુદ્દાથી ધ્યાન દૂર કરી એ વ્યક્તિ પર કેન્દ્રિત કરવું જે એ મુદ્દાનો સામનો કરવામાં લાગેલી છે. આ સંવાદ દુર્લભ અને ઉલ્લેખનીય રીતે ઘણો શક્તિશાળી હોય છે. જો હું તમને કહું કે પાછળ વળીને પોતાના ભૂતકાળની તરફ જુઓ અને એ સમય યાદ કરો જ્યારે કોઈએ તમને એવું કોચિંગ આપ્યું હોય, જે તમારા મનમાં વસી ગયું હોય અને જેનાથી ખરેખર ફેર પડ્યો હોય. તો હું દાવા સાથે કહી શકું છું કે તે નિશ્ચિતપણે વિકાસ માટે કોચિંગનો સંવાદ હતો. આ કોચિંગ કોઈ રીતે સમસ્યાઓ ઉકેલીને કામ ચલાવવાને બદલે, એ વાત પર કેન્દ્રિત હોય છે કે તમને શીખવા, ઉત્કૃષ્ટ બનવા અને ઉન્નતિ કરવા માટે આગળ લાવવામાં આવે.

વાસ્તવમાં ૩પી મોડલ ધ્યાન કેન્દ્રિત કરવા, સંવાદને વધારે સશક્ત બનાવવા અને (જ્યારે યોગ્ય લાગે ત્યારે) પોતાનું ધ્યાન હટાવીને વધારે શક્તિશાળી સ્તર (વિકાસ માટે કોચિંગ) પર કેન્દ્રિત

કરવાની સૌથી સ્પષ્ટ અને સીધી રીત છે.

3-પી મોડલની મદદથી ધ્યાન કેન્દ્રિત કરવામાં ઊંડાણ લાવો

3-પી મોડલ એક એવું ફ્રેમવર્ક છે, જેના દ્વારા તમે એ પસંદગી કરી શકો છો કે તમારે કોચિંગ સાથે જોડાયેલા સંવાદમાં કઈ બાબત પર ધ્યાન કેન્દ્રિત કરવાનું છે. સાથે જ તમે એ પણ નક્કી કરી શકો છો કે વ્યક્તિ જે સમસ્યા સામે ઝઝૂમી રહ્યો છે, તેના કેન્દ્રમાં પડકારનું કયું પાસુ હોઈ શકે છે. સામાન્ય રીતે આ પડકાર, કોઈ પ્રોજેક્ટ, કોઈ વ્યક્તિ કે પછી વ્યવહારની એક પેટર્ન પર કેન્દ્રિત હોઈ શકે છે.

તેમને માત્ર કોઈ સમસ્યાને ઉકેલવા માટે બોલાવવાને બદલે શીખવા, ઉત્કૃષ્ટ બનવા અને ઉન્નતિ કરવા માટે આગળ લાવો

જવાબ બંધ ઓરડા જેવા હોય છે, જ્યારે પ્રશ્ન ખુલ્લા દરવાજા જેવા, જે આપણને અંદર આવવાનું આમંત્રણ આપે છે.

- નેન્સી વિલાર્ડ

પ્રોજેક્ટ

એક પ્રોજેક્ટ પરિસ્થિતિનો જ ભાગ હોય છે એટલે કે એક એવી વસ્તુ, જેના પર કામ કરવામાં આવી રહ્યું છે. આ પાસામાં જવું સૌથી સહેલું હોય છે અને આપણામાંથી મોટાભાગના લોકો આનાથી પરિચિત પણ હોય છે. વાસ્તવમાં આપણે સહુ આપણો ઘણો બધો સમય તમામ પડકારોનો ઉકેલ શોધવામાં વીતાવીએ છીએ અને આપણી નજરો હંમેશા વર્તમાન પરિસ્થિતિ પર સ્થિર થયેલી હોય છે. આ એ જ ક્ષેત્ર છે, જ્યાં હંમેશા પ્રદર્શન માટે કોચિંગ અને

તકનીકી પરિવર્તન થાય છે. વાસ્તવમાં આ બાબતમાં અસલી કલા છે એ જાણવું કે આમાં પોતાની શરૂઆત કેવી રીતે કરવામાં આવે અને પછી એ કેવી રીતે જોવામાં આવે કે ક્યા અથવા કેટલા પી (પ્રોજેક્ટ, પીપલ, પેટર્ન) સામેલ કરવાથી સંવાદમાં ફાયદો થશે.

પીપલ (લોકો)

શું તમારા મનમાં પણ ક્યારેય એ વિચાર આવ્યો છે કે જો તમારે રોજબરોજના જીવનમાં એવા ઘણા-બધા લોકોનો સામનો નથી કરવો પડતો, જે તમને ગુસ્સો અપાવતા રહે છે, તો તમારું કામ ખૂબ સહેલું થઈ જતું ? હવે એવું બની ન શકે કે આ વિચાર માત્ર મારા જ મનમાં આવ્યો હોય. તેમાં કોઈ બેમત નથી કે પરિસ્થિતિઓ ત્યારે હજુ વધારે મુશ્કેલ બની જાય છે, જ્યારે તમારે પોતાની તમામ અપૂર્ણતાઓ, અવ્યવસ્થિત પદ્ધતિઓ, પક્ષપાતપૂર્ણ વલણો અને વિવેકહીનતાની સાથે – બીજાની સાથે કામ કરવાનું હોય છે. મજાની વાત તો એ છે કે આ પણ એટલા જ અપૂર્ણ, અવ્યવસ્થિત પદ્ધતિવાળા, પક્ષપાતપૂર્ણ વલણ ધરાવનારા અને વિવેકહીન હોય છે અને સાથે સમજ અને કરુણાની બાબતમાં બે ડગલાં પાછળ હોય છે.

જ્યારે તમે લોકો વિશે વાત કરો છો, ત્યારે વાસ્તવમાં તમે તેમના વિશે વાત નથી કરતા. તમે તો એક સંબંધ વિશે વાત કરી રહ્યા હો છો અથવા જો વધારે સ્પષ્ટતા સાથે કહીએ, તો એ સંબંધમાં પોતાની ભૂમિકા વિશે વાત કરી રહ્યા હો છો, જે કદાચ વર્તમાન સંજોગોમાં પૂર્ણપણે એક આદર્શ ભૂમિકા ન હોય.

પેટર્ન

આ પાસામાં તમે વ્યવહારના પેટર્ન અને કામ કરવાની એ પદ્ધતિઓને જુઓ છો, જેને તમે બદલવા ઈચ્છો છો. શક્ય છે કે તેમાં જ વિકાસ માટે કોચિંગનો સંવાદ પણ ઉપસીને આગળ આવે. પેટર્ન વ્યક્તિગત અને પડકારપૂર્ણ હોય છે. સાથે જ તે એક એવું સ્થળ ઉપલબ્ધ કરાવે છે, જ્યાં લોકોનું આત્મજ્ઞાન અને ક્ષમતા વધી

શકે છે. વર્તમાન સમયમાં આવા સંવાદ સંગઠનોમાં ખૂબ સામાન્ય નથી. જો કે હંમેશા આ જ રીતે ધ્યાન કેન્દ્રિત કરીને સંવાદ કરવો પણ યોગ્ય નથી. સામાન્ય રીતે પ્રોજેક્ટ કેન્દ્રિત સંવાદ કરવો જ શ્રેષ્ઠ હોય છે.

3-પી મોડલનો ઉપયોગ કરવો

'તમારા મનમાં શું ચાલી રહ્યું છે ?' તમે સામેની વ્યક્તિને પૂછો છો.

જવાબમાં તે જણાવે છે, 'વાસ્તવમાં (અહીં એ વસ્તુનું નામ નોંધો, જેના પર તે કામ કરી રહ્યા છે)...'

આ અંગે આપ કહો છો, 'તો તેના ત્રણ અલગ-અલગ પાસા દેખાય છે. પહેલું છે પ્રોજેક્ટવાળુ પાસુ – અસલી સામગ્રી સાથે જોડાયેલો કોઈપણ પડકાર. બીજો છે પીપલ (લોકો) વાળુ પાસુ – ટીમના સભ્યો/સહકર્મચારીઓ/અન્ય વિભાગો/ગ્રાહકો/બૉસ સાથે જોડાયેલો કોઈપણ મુદ્દો અને ત્રીજું છે પેટર્ન – જો કોઈ એવી રીત હોય, જ્યાં તમે તમારી રીતે કામ કરી શકતા હો અને તમારે કોઈ દેખાડો કરવાની જરૂર ન પડે, તો આપણે ક્યાંથી શરૂઆત કરવી જોઈએ?'

એનાથી કોઈ ફેર નથી પડતો કે તે શાની પસંદગી કરે છે - પણ આ પ્રકારના સંવાદની એક સશક્ત શરૂઆત ચોક્કસ થઈ શકે છે. અને જ્યારે તે એક 'પી' પર ચર્ચા કરી લે, તો તેમને બાકીના બંને 'પી' તરફ લઈ જઈને પૂછી શકો છો, 'જો આ બાબતમાં આ 'પી' મહત્ત્વપૂર્ણ હોય, તો આમાં તમારા માટે ક્યો પડકાર છે?'

અને આ રીતે શક્ય છે કે આ એક વધારે ગહન, સશક્ત અને સમૃદ્ધ સંવાદ બની જશે.

અહીં પોતાની નવી આદત વિકસિત કરો

જ્યારે આવું થાય....

તમારે એ ક્ષણોને, લોકોને અને શક્યતઃ એ ભાવનાઓને પણ કાગળ પર લખવી પડશે, જે તમારું ટ્રિગર છે.

કોઈ પ્રકારના સંવાદની શરૂઆત જ આ પ્રશ્ન માંટે એક સામાન્ય ટ્રિગર છે. જેમ કે તમને સીધો રિપોર્ટ કરનારા કોઈ કર્મચારીનું તમારા કેબિનમાં આવવું જેથી તે કોઈ બાબતે તમારી પાસેથી સલાહ લઈ શકે. તમારા પર એક ગ્રાહકનો ફોન આવવો. બૉસ દ્વારા તમને અચાનક પોતાના કેબિનમાં બોલાવવામાં આવે. લંચ દરમિયાન એક સહકર્મી તમને એમ પૂછે કે શું તમે તેને વાતચીત માટે થોડો સમય આપી શકો છો? તમારી પોતાની ટીમના કોઈ સભ્યની સાથે નિયમિત રીતે સામસામે મીટિંગ કરવી. ચર્ચા દરમિયાન ઘણા સમય પછી પણ અસલી મુદ્દા પર વાતચીત શરૂ ન થવાને કારણે તમારું ચિંતિત થવું વગેરે. એટલે કોઈપણ બાબત ટ્રિગર બની શકે છે, ત્યાં સુધી કે કોઈનો ઈ-મેઈલ કે ટેક્સ્ટ મેસેજ આવવો પણ ટ્રિગરનું કામ કરી શકે છે.

તો આમ કરવાને બદલે...

પૂરી સ્પષ્ટતા સાથે પોતાની એ જૂની આદતને કાગળ પર લખો, જેને તમે છોડવા ઈચ્છો છો.

બની શકે કે તમારી જૂની આદત આવી હોય – ઘણી બધી હલકી-ફુલકી ગપશપ કરવી અને પછી મુખ્ય એજન્ડાથી દૂર થવાથી અથવા સામેવાળી વ્યક્તિને વાતચીતનો વિષય જણાવવાને બદલે સીધી સલાહ આપવાનું શરૂ કરી દેવું. કદાચ, આ કોઈ એવી બાબત હશે, જેને માટે વધારે ઉત્સુકતા નહીં હોય બલકે તેનો સંબંધ વાતચીતની દિશાને પોતાના નિયંત્રણમાં રાખવા સાથે હશે.

હું આ કરીશ....

પોતાની નવી આદતનું વર્ણન કરવું

કદાચ આ કંઈક એવું લાગી શકે છે, હું તેમને પૂછીશ, 'તમારા મનમાં શું ચાલી રહ્યું છે ?' જો ટ્રિગર એક ઈ-મેઈલ કે ટેક્સ્ટ મેસેજ

રૂપે આવે છે, તો તેના જવાબમાં તમે એક પ્રશ્ન મોકલવા માટે સ્વતંત્ર છો.

બોક્સ ઑફ ક્રેયોન્સ લેબ તરફથી

'વ્હોટ્સ ઓન યોર માઈન્ડ ? (તમારા મનમાં શું ચાલી રહ્યું છે ?)' આ પ્રશ્ન આપણને ફેસબુક પર જોવા મળે છે. કમ સે કમ પહેલા તો એવું જ હતું. પરંતુ પછી ફેસબુકે તેને એક પ્રોમ્પ્ટ (સંકેત) તરીકે ખસેડી લીધું હતું. પણ એ પછી ટૂંક સમયમાં જ ફેસબુકે એકવાર ફરીથી તેનો ઉપયોગ શરૂ કરી દીધો. લાગે છે, માર્ક ઝુકરબર્ગ અને તેમની ટીમને અનુભૂતિ થઈ ગઈ કે તેમના ફેસબુક માટે આ જ પ્રશ્ન સર્વશ્રેષ્ઠ છે.

તો આ એક એવો પ્રશ્ન છે, જેને રોજે દુનિયાભરના લાખો લોકો કશુંક વહેંચવા (શેર કરવા) ના સંકેત તરીકે ઉપયોગ કરે છે. પરંતુ આ પ્રશ્ન પોતાના ઉદ્દેશમાં આટલો સફળ કેમ રહ્યો ? જ્યારે અમે બોક્સ ઓફ ક્રેયોન્સની પોતાની રિસર્ચર લિંડસે ને તેની પાછળના સક્રિય વિજ્ઞાનના ઊંડાણમાં જવાનું કહ્યું, તો તે અમને એ મૌલિક સત્યની તરફ લઈ ગઈ, જેને ન્યૂરોસાયન્સે ખોલીને મૂકી દીધું છે – આપણું અસ્તિત્વ એ જ વસ્તુઓ મળીને બને છે, જેના પર આપણે આપણું ધ્યાન કેન્દ્રિત કરીએ છીએ. જો તમે આ વાત અંગે સચેત રહો છો કે આપણે આપણું ધ્યાન ક્યાં કેન્દ્રિત કરી રહ્યા છીએ, તો આ ખૂબ સારી વાત છે. પણ જો આપણું ધ્યાન ભટકે છે (ભલે અજાણતા) અથવા પછી નકામી બાબતોમાં અટકેલું રહે છે, તો એક ને એક દિવસ આપણે તેની કિંમત ચૂકવવી પડે છે.

ઈ.સ.2010ના અભ્યાસનો પહેલો મુદ્દો એ જ હતો કે જ્યારે પણ આપણા મનમાં કશું ચાલતું હોય છે, તો તેમાં ઉર્જા ખર્ચ થાય છે – ભલે તમારા મસ્તિષ્કનું વજન, તમારા શરીરના વજનના માત્ર 2 ટકા હોય, પણ આ તમારી લગભગ 20 ટકા ઉર્જા ખર્ચ કરે છે.

પરંતુ આના કરતાં પણ વધારે મહત્ત્વનું એ છે કે તમારા મનમાં જે પણ ચાલી રહ્યું હોય છે, તેનો પ્રભાવ આ વાત પર

પણ પડે છે કે તમે કઈ બાબતો પર ધ્યાન આપશો અને પછી કઈ બાબત પર ધ્યાન કેન્દ્રિત કરશો. જેમ કે જો તમે લાલ રંગની માઝદા ગાડી ખરીદવાનું વિચારી રહ્યા હો તો તમે જોશો કે તમે અચાનક જ રસ્તા પર આવ-જા કરતી લાલ માઝદા ગાડીઓ પર ધ્યાન આપવા લાગ્યા છો. કારણ કે તમે જે વિશે વિચારી રહ્યા હો છો, તેનો પ્રભાવ તમારી પસંદગી પર પણ પડે છે. જેના કારણે એવું પણ બની શકે કે તમે સર્વોત્તમ પસંદગી ન કરી શકો.

શરૂઆતનો પ્રશ્ન પૂછવો, દબાણ ઓછો કરનારા કોઈ પ્રેશર-વાલ્વની જેમ કામ કરે છે અને એ વસ્તુઓને સ્પષ્ટ કરવામાં મદદ કરે છે, જે કદાચ તમારી કામ કરવાની પદ્ધતિને અનાવશ્યક રીતે પ્રભાવિત રહી હોય. આ પ્રશ્ન તમારા માટે એ પડકારને બિલકુલ સ્પષ્ટ બનાવી દે છે, જેનાથી તમે અત્યાર સુધી અજાણ હતા અને જે દુનિયાને જોવાની તમારી રીતને સંકુચિત બનાવી રહી હતી.

પ્રશ્નનો માસ્ટરક્લાસ ભાગ 2

ભૂમિકા રચવાનું બંધ કરો અને પ્રશ્ન પૂછો

જેમ્સ બોન્ડ સીરિઝની તે કઈ ફિલ્મ છે, જેનો પહેલો સીન સૌથી સારો છે, તે અંગે ઈન્ટરનેટ પર એક મીમ ખૂબ જાણીતું છે.

કેટલાક લોકો ઈ.સ 1977માં રીલિઝ થયેલી 'ધ સ્પાય હુ લવ્ડ મી' ના એ સીનને સર્વશ્રેષ્ઠ પહેલો સીન માને છે, જેમાં જેમ્સ બોન્ડની ભૂમિકા નિભાવી રહેલા અભિનેતા રોજર મૂર બરફની પહાડીઓ પર સ્કીઈંગ કરતા નીચે કૂદી જાય છે અને પછી પોતાનું પેરાશૂટ (જેના પર યુનાઈટેડ કિંગડમના રાષ્ટ્રીય ધ્વજ યુનિયન જેકની વિશાળ આકૃતિ બનાવેલી છે) ખોલીને હવામાં ઉડીને દુશ્મનના હાથમાંથી બચીને નીકળી જાય છે.

તો કેટલાક લોકો માટે ઈ.સ.2006માં આવેલી કૈસીનો રોયાલનો તે જબરદસ્ત બ્લેક-એન્ડ-વ્હાઈટ સીન સર્વશ્રેષ્ઠ પહેલો સીન છે, જેમાં ડેનિયલ ક્રેગ દુશ્મનની હત્યા કરીને પોતાના 007 એજન્ટના પાત્રનો પરિચય આપે છે.

મારો પસંદગીનો પહેલો સીન ક્યો છે ? ઈ.સ.1995માં રીલિઝ થયેલી ગોલ્ડન આઈનો તે સીન, જેમાં પિયર્સ બ્રોસનન એક વિશાળ બંધ પરથી બંજી-જંપિંગ કરતા નીચે આવે છે.

જે પણ હોય, તમે અહીં એક પેટર્ન પર ધ્યાન આપશો. જેમ્સ બોન્ડ સીરિઝની કોઈપણ ફિલ્મની શરૂઆત ધીમી કે કંટાળાજનક નથી હોતી.

ફિલ્મ શરૂ થયાના દસ સેકન્ડની અંદર જ એક્શન શરૂ થઈ જાય છે, તમારા હૃદયના ધબકારા ઝડપી થઈ જાય છે અને તમારી અંદર જબરદસ્ત ઉત્સાહ ભરાઈ જાય છે.

આ અમારી પ્રશ્ન પૂછવાની રીતથી બિલકુલ વિપરીત છે. સામાન્ય રીતે આપણામાંથી મોટાભાગના લોકો પ્રશ્ન પૂછતા પહેલા એક ધીમી અને ભ્રામક ભૂમિકા બાંધે છે, જે જેમ્સ બોન્ડ નવલકથાઓના લેખક ઈયાન ફ્લેમિંગની ઝડપથી દોડતી કલ્પનાઓને બદલે મધ્ય-પૂર્વી લોક-કથા સંગ્રહ અલિફ લૈલાની વાર્તાઓ જેવી વધારે લાગે છે.

તો આ ભૂમિકા રચવાનું બંધ કરો. તમારે કોઈ વિમાનની જેમ ગતિ પકડવા માટે ભૂમિકા રૂપી રનવેની જરૂર નથી – તમે સીધા ટેક-ઓફ કરી શકો છો.

જો તમે જાણો છો કે તમારે ક્યો પ્રશ્ન પૂછવાનો છે, તો સીધા મુદ્દા પર આવો અને પ્રશ્ન પૂછો.

અને જો આ માટે તમને એક કારગર વાક્યાંશની જરૂર જણાતી હોય, તો 'હું આ જાણવા માટે ઉત્સુક છું' નો ઉપયોગ કરો. આ વાક્યાંશ પ્રશ્નના ભારેખમપણાને ઓછો કરી નાખશે, જેનાથી તમારા માટે પ્રશ્ન પૂછવો અને સામેની વ્યક્તિ માટે જવાબ આપવાનું સહેલું થઈ જશે.

<u>આ રહી તમારી નવી આદત</u>

જ્યારે આવું થાય.....

જ્યારે મારે એક પ્રશ્ન પૂછવો હોય....

તો આમ કરવાને બદલે....

ઉપર્યુક્ત શબ્દો અને વાક્યાંશોને પસંદ કરી, સામેની વ્યક્તિને

પ્રશ્ન સમજાવવા અને ભૂમિકા બાંધવામાં વ્યસ્ત રહેવું અને પ્રશ્ન પૂછવામાં સારો એવો સમય લગાડવો.

હું આ કરીશ....

પ્રશ્ન પૂછવો. (અને પછી ચૂપ થઈ જવું અને જવાબ મળવાની રાહ જોવી.)

'બીજું કંઈ ?' પ્રશ્ન

આમાં તમારી સામે એ પ્રશ્ન મૂકવામાં આવ્યો છે, જે આ દુનિયામાં કોચિંગનો સર્વશ્રેષ્ઠ પ્રશ્ન છે અને તમે એ જોઈને આશ્ચર્ય પામશો કે આ બંને નાના-નાના શબ્દોમાં કેટલી શક્તિ છે.

સાચો જાદૂ

જાદુનો એક શોખ અને ખરાબ જાદુગર હોવાને કારણે મારા મનમાં સાચા જાદુગરો પ્રત્યે સમ્માન હજુ વધી ગયું છે. તમે એ કરતબ ચોક્કસ જોયો હશે, જેમાં જાદુગર પોતાનો એક હાથ હવામાં ઉઠાવે છે અને અચાનક ક્યાંકથી એક સિક્કો તેના હાથમાં આવી જાય છે. પછી તેના હાથમાં એક બીજો સિક્કો આવી જાય છે. પછી એક બીજો સિક્કો. જો તમે આ જાદુ પ્રખ્યાત અમેરિકન જાદુગર જોડી પેન એન્ડ ટેલરના યુટ્યૂબ વીડિયોમાં જોઈ રહ્યા છો, તો આ સિક્કા જોત-જોતામાં ઘણીબધી ચમકતી સોનેરી માછલીઓમાં ફેરવાઈ જશે. (આ વીડિયો જોવા માટે ગૂગલ કરો, 'માસ્ટર્સ ઓફ મેજિક પેન એન્ડ ટેલર, અમેઝિંગ ટ્રિક્સ.')

હું આ કરતબ નથી દેખાડી શકતો. જરાય નહીં. પણ હું તમને એક એવો પ્રશ્ન જરૂર આપી શકું છું, જે ખરેખર એટલો સારો છે કે અમે તેને 'દુનિયામાં કોચિંગનો સર્વશ્રેષ્ઠ પ્રશ્ન' તરીકે ટ્રેડમાર્ક કરાવવાનો પણ વિચાર કરી ચૂક્યા છીએ. શું કરીએ, આ પ્રશ્ન છે જ એવો!

હું જાણું છું કે આ બે શબ્દ ખૂબ જ સામાન્ય લાગે છે. પરંતુ 'બીજું કંઈ ?' પ્રશ્નમાં ખરેખર જાદુઈ ગુણ છે. આ કોઈપણ પ્રયત્ન વિના વધારે જ્ઞાન, વધારે અંતર્દષ્ટિઓ, વધારે આત્મ-જાગરૂકતા અને વધારે શક્યતાઓ પેદા કરી દે છે.

આના આટલા પ્રભાવક હોવાના ત્રણ કારણ છે – વધારે વિકલ્પ ઉપલબ્ધ હોવાથી તમે શ્રેષ્ઠ નિર્ણય લો છો, તમે પોતાના પર લગામ મૂકો છો અને તેનાથી તમને થોડો વધારાનો સમય પણ મળી જાય છે.

પોતાની અંદરના રૉન પોપિલને દિશા આપો છો

જો તમે અમેરિકન ટીવી બાબતે રસ ધરાવતા હો તો કદાચ તમે બિલ મેસ, વિંસ ઓફર કે રૉન પોપિલ વિશે કદાચ જાણતા હશો. તે ટીવી પિચ આર્ટિસ્ટ હતા, જે તમને 19.99 ડૉલરમાં ડાઈસર, ગ્રેટર અને ઝાડુ-પોતાના સામાન જેવી ઘરકામના ઉપયોગની વસ્તુઓ વેચતા હતા. રૉન પોપિલ ટીવી પિચ આર્ટિસ્ટોના પિતામહ મનાય છે અને તેમની સૌથી જાણીતી પંક્તિ હતી, 'જરા થોભો, હજુ બીજું ઘણું બધું બાકી છે....'

અહીં તમારે એવો કોઈ સામાન ખરીદવાની જરૂર નથી. પણ એટલું ચોક્કસ યાદ રાખો કે જ્યારે પણ કોઈ વ્યક્તિ કોઈ પ્રશ્નનો પહેલો જવાબ આપે છે, તો તે આનો એકમાત્ર જવાબ નથી હોતો અને આવું ખૂબ ઓછીવાર બને છે, જ્યારે તે પહેલો જવાબ જ સર્વશ્રેષ્ઠ જવાબ પણ હોય. તમને લાગશે કે આ ખૂબ સામાન્ય વાત છે, જે દરેક વ્યક્તિ જાણે છે. પણ વિશ્વાસ રાખો કે તે એટલી સામાન્ય વાત પણ નથી, જેટલી તમને લાગે છે.

ચિપ હીથ અને ડૈન હીથની લેખક જોડી પોતાના ઉત્કૃષ્ટ પુસ્તક 'ડિસાઈસિવઃ હાઉ ટુ મેક બેટર ચોઈસિસ ઈન લાઈફ એન્ડ વર્ક'માં પૉલ નટના એક અભ્યાસનો ઉલ્લેખ કરે છે. નટ એક એવી વ્યક્તિ હતા, જે આ વિશે કદાચ કોઈપણ વ્યક્તિ કરતાં વધારે

જાણકારી ધરાવતા હતા કે મેનેજર પોતાના નિર્ણય કેવી રીતે લે છે. કડક પ્રોટોકોલનો ઉપયોગ કરતા તેમણે વિભિન્ન સંગઠનોમાં લેવામાં આવેલા 168 નિર્ણયોમાંથી મળેલા પરિણામોની સમીક્ષા કરી. તેમાં તેમણે જોયું કે 71 ટકા નિર્ણયોમાં, તેનો પૂર્વવર્તી વિકલ્પ બાયનરી (બે ગુણોવાળો) હતો. આ વિકલ્પ સીધી રીતે આ પ્રમાણે હતો, 'શું આપણે આવું કરવું જોઈએ ? અથવા પછી ન કરવું જોઈએ ?'

નટે કહ્યું કે 71 ટકા આ આંકડો, નિર્ણય લેતા પહેલા વિકલ્પ તૈયાર કરવાની કિશોરોની ક્ષમતા જેટલી (વાસ્તવમાં, આનાથી પણ થોડું ઉતરતું) જ છે. જી હા, અહીં કિશોરોની વાત થઈ રહી છે, જે હંમેશા ખરાબ અને ખોટા નિર્ણય લેવા માટે જ જાણીતા છે. પણ કમ સે કમ કિશોરો પાસે એ બહાનુ તો હોય છે કે તેમનું મસ્તિષ્ક હજુ પૂર્ણપણે વિકસિત થયું નથી. તેથી આ વાતનું આશ્ચર્ય ન થવું જોઈએ કે નટે જોયું કે આવા બાયનરી વિકલ્પોના આધાર પર લેવામાં આવેલા નિર્ણયોના નિષ્ફળ થવાનો દર 50 ટકા કરતાં પણ વધારે હતો.

આ પછી તેમણે એ નિર્ણયોની સફળતાના પ્રમાણ પર ધ્યાન આપ્યું, જેમાં વધારે વિકલ્પ ઉપલબ્ધ હતા. ઉદાહરણ તરીકે, જો તમે માત્ર એક બીજો વિકલ્પ જોડી દો, તો શું થશે, જેમ કે 'શું આપણે આવું કરવું જોઈએ ? અથવા પછી એવું કરવું જોઈએ ? અથવા પછી નહીં કરવું જોઈએ ?' આના પરિણામ આશ્ચર્યમાં મૂકી દે તેવા હતા. માત્ર એક વધારાનો વિકલ્પ હોવાને કારણે નિર્ણયોની નિષ્ફળતાનો દર લગભગ અડધો રહી ગયો એટલે કે 30 ટકા કરતાં પણ ઓછો.

જ્યારે તમે 'અને બીજું કંઈ ?' પ્રશ્નનો ઉપયોગ કરો છો, તો તમને વધારે વિકલ્પ મળે છે, જે હંમેશા શ્રેષ્ઠ હોય છે. આ શ્રેષ્ઠ વિકલ્પ તમને શ્રેષ્ઠ નિર્ણયો તરફ લઈ જાય છે અને શ્રેષ્ઠ નિર્ણય, મોટી સફળતા તરફ.

તમે સલાહના દાનવ પર કાબૂ મેળવી લો છો

જો આ પુસ્તકના બદલે એક હાઈકુ (એક પ્રકારની સંક્ષિપ્ત જાપાની કવિતા) હોત, તો એમાં લખ્યું હોત –

ઓછું જણાવો અને વધારે પૂછો
તમારી સલાહ એટલી પણ સારી નથી
જેટલી તમને લાગે છે

હાઈકુના નિયમ અનુસાર આમાં 17 અક્ષર હોવા જોઈએ. પણ ઉપરોક્ત પંક્તિઓમાં ભલે 17 કરતાં વધારે અક્ષર હોય, પણ તેને કહેવું જેટલું સરળ છે એટલું જ કરવું મુશ્કેલ છે. આપણને સહુને વાતચીત દરમિયાન અચાનક સલાહ આપવા/પોતાને વિશષજ્ઞ માની લેવા/દરેક પ્રશ્નનો જવાબ આપવા/દરેક સમસ્યાનો ઉકેલ જણાવવાની આદત હોય છે. જો કે, તેમાં કોઈ નવાઈની વાત નથી. જવાબો અને નિશ્ચિતતાને ખૂબ જ મહત્ત્વ આપવાની સંગઠનોની પ્રવૃત્તિને જો તમે અનિશ્ચિતતા, ચિંતા અને તીવ્રતાની એ ભાવના સાથે ભેળવી દો, જે આપણે સહુ પોતાની સતત જટિલ થઈ રહેલી નોકરીઓ અને જિંદગીઓમાં અનુભવીએ છીએ, તો તમને અનુભૂતિ થશે કે આપણું મસ્તિષ્ક સ્પષ્ટતા અને નિશ્ચિતતાને અગ્રતા આપવા પ્રમાણે જ બન્યું છે. તેથી આ વાતની નવાઈ ન લાગવી જોઈએ કે સલાહ આપવાનું આપણને સૌને ગમે છે. ભલે આપણે ખોટી સલાહ આપી રહ્યા હોઈએ – જે મોટાભાગે હંમેશા થતું જ હોય છે – છતાં પણ આપણને પ્રશ્ન પૂછવાની અનિશ્ચિતતાનો સામનો કરવાને બદલે બીજાને સલાહ આપવી ક્યાંય વધારે સહજ લાગે છે.

અમારા ટ્રેનિંગ પ્રોગ્રામમાં સલાહ આપવાના આ આગ્રહને અમે ‘સલાહનો દાનવ’ કહીએ છીએ. ભલે તમારો ઉદ્દેશ સારો હોય અને કેટલાક સારા પ્રશ્ન પૂછવા માટે તમે પોતાની જિજ્ઞાસા જાળવી રાખતા હો, સાથે જ તમે કામ કરવાની શ્રેષ્ઠ રીતો અપનાવનારી વ્યક્તિ હો, છતાં પણ તક મળતાં જ સલાહનો આ દાનવ અચાનક કોઈ અંધારા ખૂણામાંથી નીકળીને સામે આવી જાય છે અને વાતચીતને પોતાના કાબૂમાં કરી લે છે. જ્યાં સુધી તમને આ સ્થિતિની અનુભૂતિ થાય છે, ત્યાં સુધી તમારું મન જવાબ શોધવામાં ગૂંચવાઈ ચૂક્યું

હોય છે અને તમે સામેની વ્યક્તિની આગળ નવા વિચાર, સૂચન અને ભલામણ આપવા લાગો છો.

જો કે, સલાહ આપવાનું પોતાનું એક મહત્ત્વ છે. આ પુસ્તક તમને એ સૂચન નથી આપી રહી કે હવે તમે ફરીથી ક્યારેય કોઈને કોઈ જવાબ ન આપો. વાસ્તવમાં આ એક અપ્રભાવી પ્રતિક્રિયા છે, જેનો જરૂર કરતાં વધારે ઉપયોગ કરવામાં આવે છે.

એક રસપ્રદ (પણ મુશ્કેલ) અભ્યાસ છે, પોતાની જાત પર ધ્યાન આપવું અને જોવું કે સલાહ આપવાની ઈચ્છા તમારી અંદર કેટલી ઝડપથી પેદા થાય છે. જરા એક દિવસ (અથવા અડધો દિવસ કે પછી માત્ર એક કલાક) નો સમય લો અને જુઓ કે તમે કેટલી વાર જવાબ આપવા માટે તરત તૈયાર થઈ જાઓ છો. હૉવર્ડ બેકમેન અને રિચર્ડ ફ્રેંકલે 1984ના પોતાના એક અભ્યાસમાં જોયું કે વાતચીતની વચ્ચે ટોકવાનો ડૉક્ટરોનો સરેરાશ સમય 18 સેકન્ડ છે, આ વાતને ઘણા પ્રસંગોએ જણાવવામાં આવી છે. આના પર પ્રતિક્રિયા સ્વરૂપ આપણે ભલે પોતાનું મોં ચઢાવીને કહી દઈએ કે 'આ ડૉક્ટર પણ છે ને !' પણ મેં એવા ઘણા મેનેજર અને લીડર જોયા છે, જેમની સરેરાશ પણ ડૉક્ટરોથી ઓછી નહીં રહી હોય.

ટૂંકમાં કહીએ તો,

ભલે આપણે બરાબર જાણતા ન હોઈએ કે મુદ્દો શું છે અથવા સામેવાળાના જીવનમાં શું ચાલી રહ્યું છે, પણ આપણે આ વાત અંગે નિશ્ચિંત જરૂર રહીએ છીએ કે તેને જે જવાબ જોઈએ, તે આપણી પાસે છે.

'બીજું કંઈ ?' પ્રશ્ન આ જ ચક્રને તોડે છે. જ્યારે આ પૂછવું એક આદત બની જાય તો સહજ અને જિજ્ઞાસુ બની રહેવાની સૌથી સરળ રીત સાબિત થાય છે. આ તમારા સલાહના દાનવને સંયમિત રાખવા માટે સેલ્ફ-મેનેજમેંટની એક રીત છે.

તમને થોડો વધારાનો સમય મળે છે

આ એક સિક્રેટ છે, જે માત્ર મારા અને તમારા વચ્ચે છે. મને વિશ્વાસ છે કે આ પુસ્તકમાં મેં ક્યાંક ને ક્યાંક પોતાનો પરિચય આપતા આ વાતને જરૂર રેખાંકિત કરી હશે કે હું પહેલા કેનેડિયન કોચ ઓફ ધ ઈયર રહી ચૂક્યો છું. તેથી હું તમને આ વાત એક વ્યવસાયી, સમ્માનનીય અને પુરસ્કૃત કોચ તરીકે જણાવી રહ્યો છું.

જ્યારે તમે આ વાત અંગે પૂર્ણપણે નિશ્ચિંત નથી હોતા કે વાસ્તવમાં શું ચાલી રહ્યું છે અને તમને સ્થિતિને સારી રીતે સમજવા માટે થોડો સમય જોઈતો હોય તો ત્યારે 'અને બીજું કંઈ ?' પ્રશ્ન પૂછવાથી તમને થોડો વધારાનો સમય મળી જાય છે.

પણ આ એક સિક્રેટ છે. આ બીજા કોઈને ન જણાવશો.

'બીજું કંઈ ?' પ્રશ્ન પૂછવા માટે ચાર વ્યવહારિક સૂચન

'બીજું કંઈ ?' પ્રશ્નનો જાદુ ચાલી જાય, એની ખાતરી કરવા માટે આ સરળ દિશાનિર્દેશોનું પાલન કરો –

જિજ્ઞાસુ રહો, સાચા રહો

તમારી પાસે એક શાનદાર પ્રશ્ન છે પણ તેનો અર્થ એ નથી કે તમે આને પૂછતી વખતે કંટાળીને સુસ્ત થઈ જાઓ.

જ્યારે તમે આ આદત નિર્મિત કરી રહ્યા હો, તો માત્ર 'અને બીજું કંઈ ?' પ્રશ્ન પૂછવાનો અભ્યાસ ન કરો બલકે આદત-નિર્માણ પર આધારિત પ્રકરણમાં પ્રસ્તુત ડૈન કૉએલના ઊંડા અભ્યાસના સિદ્ધાંતનો ઉપયોગ કરો અને સાચી રસ-રુચિ અને જિજ્ઞાસાની સાથે પ્રશ્ન પૂછવાની આદત પાડો. બોનસ અંકો માટે જવાબ સાંભળવાનો મહાવરો કરો.

એકવાર વધુ પૂછો

ગ્રેટ વર્ક પૉડકાસ્ટ પર ડૈન કૉએલનો એક ઈન્ટરવ્યૂ સાંભળો.

આવો આપણી શરૂઆત આ સમજની સાથે કરીએ કે સામાન્ય રીતે લોકો આ પ્રશ્ન ઓછો જ પૂછે છે. અને આ આદતમાં મહારત હાંસલ કરવાની રીત છે, તેને અજમાવજો, પ્રયોગ કરજો અને જોજો કે શું તે કારગર સાબિત થાય છે. એક દિશાનિર્દેશ તરીકે, આને હું સામાન્ય રીતે ત્રણ વાર પૂછું છું અને વધારેમાં વધારે પાંચ વાર.

પોતાની સફળતાને ઓળખો

વાતચીત દરમિયાન એક સમય એવો આવશે, જ્યારે કોઈ ને કોઈ તમને કહશે કે 'અને કશું જ નથી.' જ્યારે આવું થાય છે, ત્યારે હૃદયના ધબકારા ઝડપી થઈ જવા અથવા હળવા ગભરાટનો અનુભવ થવો સામાન્ય પ્રતિક્રિયા છે.

આ પ્રતિક્રિયાને સફળતા તરીકે જુઓ. તમારે સામેની વ્યક્તિ પાસેથી 'અને કશું જ નથી,' જેવી પ્રતિક્રિયા જ જોઈતી હતી. તેનો અર્થ છે કે હવે તમારે સંબંધિત બાબતમાં વધારે જાણકારી લેવાની જરૂર નથી. તો બસ, એક ઊંડો શ્વાસ લો અને પછીના પ્રશ્ન તરફ આગળ વધી જાઓ.

સમય આવતા આગળ વધી જાઓ

જ્યારે તમને અનુભૂતિ થાય કે વાતચીતની ઉર્જા ઓછી થઈ રહી છે, તો તેનો અર્થ છે કે હવે આ દૃષ્ટિકોણને છોડીને આગળ વધવાનો સમય આવી ગયો છે. જ્યારે વાતચીતને પૂર્ણાહુતિની તરફ આગળ લઈ જવી હોય તો, 'અને બીજું કંઈ ?' પ્રશ્નનું જ બીજું સશક્ત રૂપ છે, 'શું હજુ બીજું કશું બાકી છે ?' કારણ કે આ સંસ્કરણ આપણને એ વાતનો સંકેત આપે છે કે હવે આ વાતચીત પૂર્ણાહુતિ તરફ આગળ વધી રહી છે પણ સાથે જ જો ખરેખર કશું બીજું બાકી છે, તો તેને સામે મૂકવાનો માર્ગ પણ ખુલ્લો છે.

'બીજું કંઈ ?' પ્રશ્ન પૂછવો, નવી શક્યતાઓ પેદા કરવી અને તેને સામે લાવવાની સૌથી ઝડપી અને સહેલી રીત છે

થોડું વધારે જ દૂર નીકળી જવું - પસંદગીનો વિરોધાભાસ

વિકલ્પ હોવો સારી વાત છે. 'અને બીજું કંઈ ?' પ્રશ્નની સૌથી મોટી શક્તિ છે કે આ નવી શક્યતાઓ પેદા કરવી અને તેને સામે લાવવાની સૌથી ઝડપી અને સરળ રીત છે.

પરંતુ ઘણા બધા સારા વિકલ્પ ઉપલબ્ધ હોવા પણ હંમેશા સારું નથી હોતું.

ઈ.સ.2004માં પ્રકાશિત પુસ્તક પેરાડોક્સ ઓફ ચોઈસના લેખક બૈરી શ્વાટર્જ (તે આ જ શીર્ષકથી ઉત્તમ ટેડ ટૉક પણ આપે છે) એક ગ્રોસરી સ્ટોરના ગ્રાહકો પર થયેલા એક મહત્ત્વપૂર્ણ અભ્યાસને પ્રકાશમાં લાવ્યા. એકવાર એક ગ્રોસરી સ્ટોરમાં 'જૈમ ડે' ઉજવવામાં આવી રહ્યો હતો. ત્યાં એક સ્ટૉલ પર જૈમના છ અલગ-અલગ ફ્લેવરના સેમ્પલ મૂકેલા હતા, જ્યારે બીજા સ્ટૉલ પર ચોવીસ અલગ-અલગ ફ્લેવરના સેમ્પલ મૂકેલા હતા. આમ તો ચોવીસ ફ્લેવરવાળો સ્ટૉલ ગ્રાહકોને વધારે પસંદ પડતો હતો, પણ જે ગ્રાહક છ ફ્લેવરવાળા સ્ટૉલના સેમ્પલ અજમાવતા હતા, તેમના જૈમ ખરીદવાની શકયતા બીજા સ્ટૉલના ગ્રાહકો કરતાં દસ ગણી વધારે હતી. કારણ કે બીજા સ્ટૉલ પર ઘણા બધા ફ્લેવરના વિકલ્પ હાજર હોવાને કારણે તેના ગ્રાહક એ નિર્ણય લેવામાં મુશ્કેલી અનુભવતા હતા કે તેમણે ક્યો જૈમ ખરીદવો જોઈએ.

ન્યૂરોસાયન્સ (તંત્રિકા વિજ્ઞાન) ની ઘણી એવી ઉપયોગી વસ્તુઓ છે, જે આ વાતચીતમાં જોડી શકાય તેમ છે. તેનો શરૂઆતનો મુદ્દો હતો, જૉર્જ એ.મિલરનું ઈ.સ. 1956નું એક રિસર્ચ પેપર. તેનું શીર્ષક હતું,'ધ મેજિકલ નંબર સેવેન, પ્લસ અને માઈનસ ટુ - સમ લિમિટ્સ ઓન અવર કૈપેસિટી ફોર પ્રોસેસિંગ ઈન્ફર્મેશન.' શીર્ષકથી સ્પષ્ટ જ થાય છે કે આ રિસર્ચ પેપરનો નિષ્કર્ષ શું હતો. પણ સમયની સાથે વિજ્ઞાને આ સંખ્યાને ઓછી કરી નાખી છે. તેથી હવે સામાન્ય રીતે એમ માનવામાં આવે છે કે વાસ્તવમાં 'ચાર' એ આદર્શ સંખ્યા છે, જેના પર આપણે સૂચનાઓ એકત્ર કરી શકીએ છીએ. એક રીતે આ એવું છે, જાણે આપણું અચેતન મન કંઈક આ રીતે ગણતરી કરે

છે – એક, બે, ત્રણ, ચાર...ઘણા બધા. કદાચ એટલે જ આપણને ચાર સભ્યોવાળા મ્યુઝિક બેંડના લોકોના નામ તો યાદ રહે છે, પણ પાંચ કે તેનાથી વધારે સભ્યોવાળા બેંડના લોકોના નામ યાદ નથી રહેતા.

જ્યારે તમે પૂછો છો, 'અને બીજું કંઈ ?' તો એ સમયે તમારો ઉદ્દેશ ઘણા બધા વિકલ્પ પેદા કરવાનો નથી હોતો. બલકે એ જોવાનો હોય છે કે સામેની વ્યક્તિનો વિચાર શું છે (અને પોતાને પોતાના વિચારોના આધાર પર આગળ વધવાથી રોકવા) જો તમને ત્રણથી પાંચ જવાબ મળે છે, તો તેનો અર્થ છે કે તમે પોતાના ઉદ્દેશમાં સફળ રહ્યા છો.

સાચી તક શોધવી

'બીજું કંઈ ?' એટલો ઉપયોગી પ્રશ્ન છે કે તમે તેને લગભગ કોઈપણ પ્રકારની વાતચીતનો ભાગ બનાવી શકો છો. ઉદાહરણ –

- જ્યારે તમે કોઈને પૂછો, 'તમારા મનમાં શું ચાલી રહ્યું છે ?' અને તે આનો જવાબ આપે, તો બદલામાં તેને પૂછો, 'અને બીજું કંઈ ?'

- જ્યારે તમને કોઈ જણાવે કે તે આગળ શું કરવાની ઈચ્છા રાખે છે, તો તેને એમ કહીને પડકાર આપો, 'શું બીજું કંઈ પણ છે, જે તમે કરી શકો છો ?'

- જ્યારે તમે સમસ્યાનું મૂળ શોધવાનો પ્રયત્ન કરો છો અને સામેવાળી વ્યક્તિને પૂછો છો, 'અહીં તમારા વાસ્તવિક પડકાર શું છે ?' ત્યારે જો તેનો પહેલો જવાબ અસ્પષ્ટ, નીરસ અને સંકોચભર્યો હોય, તો એમ પૂછીને જરા ઊંડાણમાં જવાનો પ્રયત્ન કરો કે 'અહીં તમારા માટે બીજા કોઈ પડકાર ક્યા છે ?'

- જ્યારે તમે આ પૂછીને પોતાની સાપ્તાહિક ચેક-ઈન મીટિંગ શરૂ કરો છો કે 'હમણાં શું મહત્ત્વપૂર્ણ છે ?' તો પોતાના પ્રશ્ન પર ભાર આપવા માટે પૂછો, 'અને બીજું કંઈ ?'

- જ્યારે કોઈ નવી વ્યક્તિ કોઈ નવા વિચારને સામે મૂકી રહી હોય, તો સાહસ અને સંભાવનાઓની નવી સીમાઓ તપાસો અને ચર્ચાનો દોર પોતાના હાથમાં રાખવા અને શક્યતાઓને ગહન બનાવવા માટે પૂછો, 'શું બીજું કશું પણ શક્ય થઈ શકે તેમ છે ?'
- જ્યારે તમે નવા વિચારો પર વિમર્શ કરી રહ્યા હો અને વચ્ચે અટકવા ન ઈચ્છતા હો, તો વાતાવરણની ઉર્જાને જાળવી રાખવા માટે પૂછો, 'અને બીજું કશું ?'

પોતાની નવી આદતનું અહીં નિર્માણ કરો

જ્યારે આવું થાય...

એ ક્ષણોને, લોકોને અને સંભવતઃ એ ભાવનાઓને પણ કાગળ પર લખવી, જે તમારું ટ્રિગર છે.

'બીજું કશું ?' સવાલ આટલો કારગર એટલા માટે છે કારણ કે તેના કારણે સામેની વ્યક્તિ નવા-નવા વિકલ્પ જણાવતી રહે છે અને તમે ચૂપ રહો છો. તેથી અહીં ટ્રિગર તેનાથી ઉલટું છે. આ ત્યારે થાય છે, જ્યારે કોઈ તમને એક વિચાર આપે અથવા જ્યારે તમે કોઈ આપવા ઈચ્છો અથવા પછી જ્યારે તમે આ વાત અંગે નિશ્ચિત હો કે તમે જવાબ જાણો છો અને તમે તે જવાબ જણાવવા માટે ઉત્સુક હો અથવા પછી જ્યારે તેણે અત્યાર સુધી એમ ન કહ્યું હોય કે, 'અને બીજું કશું જ નથી.'

તો આમ કરવાને બદલે....

પોતાની એ જૂની આદતને સ્પષ્ટતાની સાથે કાગળ પર લખો, જેને તમે છોડવા ઈચ્છો છો.

સામાન્ય રીતે જૂની આદતનો સંબંધ, સમય કરતાં પહેલા જ ફરીથી સલાહ કે ઉકેલ આપવાથી થાય છે. આ કંઈક આ રીતે થઈ શકે છે – પહેલા વિચારને જ સ્વીકાર કરીને આગળ વધી જવું અથવા પછી બીજા કે ત્રીજા વિચારને જ સ્વીકાર કરીને આગળ

વધી જવું, અન્ય લોકો તમારી સાથે પોતાના બધા વિચાર વહેંચે તે પહેલા તેમને પોતાનો સૌથી શાનદાર વિચાર જણાવી દેવો, એમ માની લેવું કે તમે સમસ્યાને સમજો છો અથવા તેનો ઉકેલ જાણો છો, અથવા પછી નિયંત્રણ પોતાના હાથમાં લેવું અને વાતચીત પૂર્ણ કરવી.

હું આ કરીશ....

પોતાની નવી આદતનું વર્ણન કરવું.
આ લગભગ નિશ્ચિત રીતે કંઈક આવું હશે,
હું સામેની વ્યક્તિને પૂછીશ, 'બીજું કંઈ ?'

જો તમે યોગ્ય જવાબ શોધવા ઈચ્છો છો, તો પહેલા યોગ્ય પ્રશ્ન પૂછો.

- વેનેસા રેડગ્રેવ

બોક્સ ઑફ ક્રેયોન્સ લેબ તરફથી

જો આપણે આ દાવો કરી રહ્યા છીએ કે 'બીજું કશું ?' પ્રશ્ન વિશ્વમાં કોચિંગનો સર્વશ્રેષ્ઠ પ્રશ્ન છે – જી હા, અમે ખરેખર આ દાવો કરી રહ્યા છીએ – તો આ પ્રશ્નની પાછળનું વિજ્ઞાન સમજવું અમારા માટે ખરેખર ઉપયોગી થશે. જ્યારે અમે આ પડકારને અમારી રિસર્ચર લિંડસેની સામે મૂક્યો, તો તે અમારા માટે થોડી સાર્થક અંતર્દષ્ટિઓ શોધીને લાવ્યા.

તેણે જે પહેલું રિસર્ચ પેપર ઉદધૃત કર્યું, તે 1929માં પ્રકાશિત થયું હતું. આ અભ્યાસમાં જોવા મળ્યું હતું કે જ્યારે વિદ્યાર્થીઓને ખરા અને ખોટા જેવા બે વિકલ્પવાળા પ્રશ્નોનો જવાબ ફરીથી આપવાનું કહેવામાં આવ્યું, તો પુનર્વિચારની તક મળવાથી તેમને વધારે પ્રશ્નોના સાચા જવાબ આપવામાં મદદ મળી. આ વિદ્યાર્થીઓએ એ બીજા વિદ્યાર્થીઓના સમૂહની સરખામણીએ શ્રેષ્ઠ પ્રદર્શન કર્યું, જેને જવાબ

આપવાની બીજી તક તો મળી, પણ જેણે પહેલી તક મળતા પોતાના જવાબોને કાગળ પર લખ્યા નહોતા. આ બીજા સમૂહે પહેલા સમૂહની સરખામણીએ ખરાબ પ્રદર્શન કર્યું. તેથી એવું લાગે છે કે કોઈ એક જવાબ પ્રત્યે પ્રતિબદ્ધ થવું અને પછી તેના પર ફરીથી વિચાર કરવાની તક મળવાથી સટીકતા વધી જાય છે. કેટલાક વર્તમાન અભ્યાસોથી જાણવા મળે છે કે એક ફોલો-અપ સવાલ પૂછવાથી અને વિસ્તૃત રીતે વિચાર કરવાને પ્રોત્સાહન મળે છે (જેમ કે 'અને બીજું કંઈ ?') તેથી આનાથી સમજ અને ભાગીદારીમાં ઊંડાણ લાવવામાં પણ મદદ મળે છે.

લિંડસે જે બીજો અભ્યાસ શોધી લાવ્યા, તેમાં મનોવૈજ્ઞાનિકોએ ત્રણ વર્ષની ઉંમરના બાળકોને કોઈ તોફાન કરવાની તક આપી – પડદાની પાછળ છુપાવીને મૂકેલા રમકડાંને ડોકિયું કરીને જોવા – અને પછી તેમને પૂછવામાં આવ્યું કે શું તેમણે ડોકિયાં કર્યા હતા. લગભગ અડધાથી વધારે બાળકો, જેમણે ડોકિયાં કર્યા હતા, તેમણે જૂઠું બોલીને આ વાત સ્વીકારવાની સ્પષ્ટ ના પાડી દીધી કે તેમણે ખરેખર ડોકિયાં કર્યા હતા. જ્યારે એના તરત જ પછી તેમાંથી મોટાભાગના બાળકોએ 'ત્યાં ક્યું રમકડું મૂક્યું છે ?' પ્રશ્નનો બિલકુલ સાચો જવાબ પણ આપી દીધો. આપણે પણ આ નાના બાળકોથી કંઈ જુદા નથી. સામાન્ય રીતે માત્ર ફરીથી પૂછવાથી કોઈ ને કોઈ એવી વાત સામે આવી જાય છે, જે પડદા પાછળ છુપાયેલી હતી. અને આવું કરવાની સૌથી અસરકારક રીત છે, 'અને બીજું કશું ?' પ્રશ્ન પૂછવો.

પ્રશ્નનો માસ્ટરક્લાસ ભાગ 3

શું તમારે અલંકારિક પ્રશ્ન પૂછવા જોઈએ?

જાણીતી હોલીવુડ ફિલ્મ ધ ગૉડફાધરમાં એક ખતરનાક ગેંગસ્ટરનું પાત્ર ભજવનાર અભિનેતા મર્લન બ્રાંડો જ્યારે ફિલ્મમાં પોતાના ફૂલેલા ગાલો સાથે આ સંવાદ બોલે છે કે 'હું તેને એવો પ્રસ્તાવ આપીશ, જેને તે ઠુકરાવી નહીં શકે,' તો વાસ્તવમાં તેનો અર્થ એ થાય છે કે જો સામેની વ્યક્તિએ તેનો પ્રસ્તાવ નકારવાની હિંમત કરી, તો તેને પોતાની પથારીમાં લોહીથી લથપથ ઘોડાનું કપાયેલું માથું પડેલું મળશે, જે એ વાતનો સંકેત હશે કે ટૂંક સમયમાં જ તેનું માથું પણ આ જ રીતે કાપી નાખવામાં આવશે.

સ્વાભાવિક છે કે તમે પોતાનું કામ કઢાવવા માટે આવું ગાંડપણ નહીં કરો. તમારી રીત આના કરતાં ક્યાંય વધારે સભ્ય હશે. હવે તમે જાણો છો કે જો તમે ઓછી સલાહ આપો અને વધારે પ્રશ્ન પૂછો તે જ ઉત્તમ રહેશે. સાથે જ પોતાના મનમાં તમને પૂરો વિશ્વાસ પણ હશે કે જે સમસ્યા પર ચર્ચા થઈ રહી છે, તેનો ઉકેલ પણ તમે સારી રીતે જાણો છો. એટલે કે હવે તમે નકલી પ્રશ્ન પૂછવામાં મહારત પ્રાપ્ત કરી લીધી છે.

'શું તમે આ વિચાર્યું છે કે......?'

'અને તેનું શું......?'

'શું તમે આ વિશે વિચાર કર્યો છે કે......?'

પ્રશ્ન પૂછવાના બહાને સલાહ આપવાનું બંધ કરો.

કારણ કે પ્રશ્નને સલાહના રૂપમાં સામે મૂકવાનો અર્થ એ નથી કે તમે ખરેખર પ્રશ્ન પૂછ્યો છે.

જો તમારી પાસે એક વિચાર છે, તો જરા થોભો. પહેલા પૂછો, 'અને બીજું કંઈ ?' જેના જવાબમાં સામાન્ય રીતે સામેની વ્યક્તિ પણ એ જ વિચાર સામે મૂકી દેશે, જે તમારા મનમાં ઉઠી રહ્યો છે. અને જો સામેની વ્યક્તિ એવું નથી કરતી, ત્યારે તમે પોતાનો વિચાર સામે મૂકી શકો છો – પણ માત્ર એક વિચાર તરીકે, એક નકલી પ્રશ્નના સ્વરૂપે નહીં.

આ રહી તમારી નવી આદત

જ્યારે આવું થાય....

મારી પાસે ઉકેલ છે, જેને હું સૂચન તરીકે જણાવવા ઈચ્છું છું.

તો આમ કરવાને બદલે....

'શું તમે વિચાર્યું છે કે....?' અથવા 'અને તેનું શું.....?' જેવો કોઈ નકલી પ્રશ્ન પૂછવો, જે પ્રશ્ન પૂછવાને બહાને સલાહ આપવા સિવાય બીજું કશું નથી.

હું આ કરીશ....

સાત મુખ્ય પ્રશ્નોમાંથી એક પ્રશ્ન પૂછવો. અને જો કોઈ વિચાર પ્રસ્તુત કરવાનો હોય, તો તેને પ્રશ્નને બદલે એક વિકલ્પ તરીકે પ્રસ્તુત કરવો.

ધ્યાન કેન્દ્રિત કરવાનો પ્રશ્ન

આમાં તમે જાણશો કે ખોટી સમસ્યાને ઉકેલવામાં તમારો કિંમતી સમય અને ઊર્જા વાપરવાનું કેવી રીતે બંધ કરશો.

<u>એક પ્રકારનો યુરેકા</u>

વિજ્ઞાનની દુનિયા સંયોગવશાત થયેલી શાનદાર શોધોથી ભરેલી પડી છે. વિલિયમ પાર્કિને મલેરિયાનો ઈલાજ શોધતા-શોધતા એક દિવસ અચાનક વિશ્વની પહેલી સિન્થેટિક ડાઈ મોવીન બનાવી નાખી. એન્ડ્ર્યુ ફ્લેમિંગ પોતાની લેબને બરાબર સાફ કર્યા વિના જ રજા પર ચાલ્યા ગયા અને જ્યારે પાછા ફર્યા ત્યારે તેમને વિશ્વની પહેલી એન્ટીબાયોટિક પેનિસિલિન મળી ગઈ. પોસ્ટ-ઈટ-નોટ્સની સફળતાનું શ્રેય પણ એક નિષ્ફળ ગુંદરને જાય છે. એ જ રીતે વિયાગ્રાને મૂળે એન્જિના નામના રોગનો સામનો કરવા માટે તૈયાર કરવામાં આવી હતી.

પરંતુ કમનસીબે તમારા સંગઠનમાં કશું જ સંયોગવશાત નથી થતું. જો તમારા સંગઠનની સંસ્કૃતિ પણ એ સામાન્ય સંગઠનો જેવી જ છે, જેનો મને અનુભવ છે, તો તેનો અર્થ એ છે કે તે એક એવું સ્થળ હશે, જ્યાં કામને પૂર્ણ કરવું કે મનવાંછિત પરિણામ પ્રાપ્ત કરવાનું પસંદ કરવામાં આવે છે. અને જો તમે પણ એ મોટાભાગના મેનેજરો જેવા છો, જેમની સાથે મેં કામ કર્યું છે, તો એનો અર્થ છે કે તમે ખરેખર તેને સારી રીતે સમજવા ઈચ્છો છો.

પડકાર એ છે કે વર્ષો સુધી તમારી જે કંડીશનિંગ થઈ છે, તેના કારણે જેવા કોઈ સમસ્યાના લક્ષણ તમારી નજરે ચઢે છે, તો તમારી નસ-નસમાં તેને ઉકેલવાની, તેને સુધારવાની, તેનું સમાધાન શોધવાની તાલાવેલી પેદા થઈ જાય છે. આ પાવલોવિયન કંડીશનિંગ (રુસી ફિઝિયોલોજિસ્ટ આઈ.પી.પાવલોવ દ્વારા વર્ણિત અનુકૂલન) છે. તેથી સમગ્ર વિશ્વમાં તમારા જેવા સંગઠનોના લોકો ખાસી મહેનત કરીને એ સમસ્યાઓના સારા ઉકેલ આપી રહ્યા છે, જે વાસ્તવમાં વધારે મહત્ત્વ ધરાવતા નથી. અને આ ચક્કરમાં હંમેશા વાસ્તવિક પડકારો તરફ કોઈનું ધ્યાન જતું નથી.

જ્યારે લોકો તમારી સાથે એ પડકાર વિશે વાત કરવાનું શરૂ કરી દે, જેને હાલમાં તે ઉકેલી રહ્યા છે, તો યાદ રાખો કે તે તમને જે જણાવી રહ્યા છે, તે વાસ્તવિક સમસ્યા ભાગ્યે જ હોય. જ્યારે તમે અચાનક આવીને બાબતોને સરખી કરવાનું શરૂ કરો છો, તો ત્રણ પ્રકારની ગરબડ થાય છે, તમે ખોટી સમસ્યાનું સમાધાન શોધી રહ્યા છો, તમે એ કરી રહ્યા હો છો, જે તમારી ટીમે કરવું જોઈએ અને તે કામ પૂરું નથી થતું.

તમે ખોટી સમસ્યાનો ઉકેલ શોધી રહ્યા છો

બની શકે કે તમે એ પડકારનો સામનો કરવાની એક શાનદાર રીત શોધી નાખી હોય, જેના વિશે તમારી ટીમ ચર્ચા કરી રહી છે. જો કે તે જે પડકાર પર ચર્ચા કરી રહ્યા છે, શક્ય છે કે તે અસલી પડકાર ન હોય, જેનો ઉકેલ લાવવાની જરૂર હોય કારણ કે તમારી ટીમ તો કોઈપણ બાબત પર ચર્ચા કરી શકે છે, જેમ કે કોઈ લક્ષણ, કોઈ ઓછો મહત્ત્વનો મુદ્દો, કોઈ જૂની સમસ્યા જેનાથી બધા પરિચિત હોય કે પછી કોઈ અસ્પષ્ટ મુદ્દાનો અડધો-પડધો ઉકેલ.

તમારી નસ-નસમાં સમસ્યાને ઉકેલવાની, તેને સુધારવાની, તેનું સમાધાન શોધવાની તાલાવેલી પેદા થઈ જાય છે.

જ્યારે તમે પોતે સમસ્યાનો ઉકેલ લાવી રહ્યા હો

તમારી ટીમે તમને સારી રીતે શીખવી દીધું છે કે તમે તેમનું કામ કરતા રહો. તેથી જ્યારે પણ કોઈ સમસ્યા આગળ આવે છે, તો તે પોતે તેને ઉકેલવાને બદલે તમારી પાસે ચાલ્યા આવે છે. ક્યારેક-ક્યારેક તો એવું લાગે છે કે આ જ શ્રેષ્ઠ છે કારણ કે તે પોતે જ સમસ્યાનો ઉકેલ લાવે, તેને બદલે આમ કરવાનું તમારા માટે અને તેમના માટે વધારે સહેલું હોય છે. પરંતુ કદાચ તમે ધ્યાન આપ્યું હશે કે પોતાના કામની સાથે-સાથે પોતાની ટીમના કેટલાક સભ્યોના કામ પણ પોતે જ કરવાના ચક્કરમાં તમારા કામનો બોજ વધી ગયો છે અને તમે એ બોજ હેઠળ દબાતા જાઓ છો. આ અવસ્થામાં જો તમે કોઈ થેરેપિસ્ટની ઓફિસમાં હો, તો તે ખૂબ સમજદારીથી માથું હલાવતા ગણગણતા, 'હમ્મ.....સહ-નિર્ભરતા.'

જ્યારે તમે સમસ્યાનો ઉકેલ ન લાવતા હો

એવું તો નથી કે તમારા ઉપર પોતાના કામનું દબાણ નથી અને હવે તો બીજાની સમસ્યાઓનો ઉકેલ લાવવાની જવાબદારી પણ તમારા ખભા પર આવી ગઈ છે. બની શકે કે તમારી પાસે તેમની સમસ્યાનો કોઈ ઉકેલ ન હોય. તેથી તમે તેમના ઈ-મેઈલને વણજોયા કરી નાખો છો અથવા તેમના મોકેલા દસ્તાવેજને ખાનામાં મૂકીને ભૂલી જાઓ છો અથવા પછી તમે તેમને એમ કહીને ટાળી દો છો કે તમે ટૂંક સમયમાં જ સમસ્યાનો ઉકેલ શોધવાનો પ્રયત્ન કરશો. પણ આ રીતે તમે અચાનક જ વિકાસના માર્ગમાં અંતરાય બનવા લાગો છો. તમારી ટીમ તમારા પર જરૂર કરતાં વધારે નિર્ભર છે એટલું જ નહીં બલકે હવે તમે પણ આ વાતને કારણે એટલા દબાણમાં છો કે તમારી પરિણામ પ્રાપ્ત કરવાની ગતિ ધીમી થવા માંડી છે, જેનાથી બાકીના લોકો અને તેમનું કામ પણ ધીમું થઈ જાય છે. હવે તમે સૌથી મોટો અંતરાય બની ગયા છો.

તમારે સમસ્યા દેખાતા જ તેને ઉકેલવા માટે કૂદી પડવાના પ્રલોભનથી બચવું પડશે. તમારે પોતાની જાતને (અને પોતાની ટીમને પણ) પોતાની સામે આવનારી પહેલી સમસ્યામાં ગૂંચાવાથી

રોકવી પડશે. જરા થોભો અને શાંતિથી પરિસ્થિતિનું આકલન કરો. બસ એટલું જ કરીને તમે સમસ્યાના મૂળ સુધી પહોંચી શકો છો. અને આ રહ્યો તે પ્રશ્ન, જેનાથી સૌથી વધારે ફરક પડે છે –

ધ્યાન કેન્દ્રિત કરવાનો પ્રશ્ન –
અહીં તમારા માટે અસલી પડકાર શું છે

આ એ જ પ્રશ્ન છે જે તમને ઉતાવળ કરવાથી બચાવશે જેથી તમે પોતાનો કીમતી સમય વાસ્તવિક સમસ્યાને ઉકેલવામાં ખર્ચ કરો, માત્ર તમારી સામે આવનારી પહેલી સમસ્યાને ઉકેલવામાં નહીં. ધ્યાન આપો કે આ પ્રશ્નનો વાક્ય વિન્યાસ જરા અલગ પ્રકારનો છે. આગળ આ જ પ્રશ્નના કેટલાક અન્ય વાક્ય-વિન્યાસ પણ આપવામાં આવ્યા છે અને જણાવવામાં આવ્યું છે કે આ જ વાક્ય-વિન્યાસ સૌથી કારગર શા માટે છે –

- **પડકાર શું છે?** - આ પ્રશ્નમાં છુપાયેલી જિજ્ઞાસા તમને યોગ્ય દિશામાં લઈ જઈ રહી છે પણ આ વાક્ય-વિન્યાસ એવો છે કે પ્રશ્ન જરા અસ્પષ્ટ જેવો લાગે છે. કદાચ આ પ્રશ્નથી કાં તો સ્પષ્ટ જવાબ સામે આવશે અથવા પછી એવો જવાબ, જે જરા અસ્પષ્ટ જેવો હશે (અથવા પછી તે જવાબ આ બંને પ્રકારોનું સંયોજન હશે) સામાન્ય રીતે આમાંથી કોઈપણ જવાબ મદદરૂપ સાબિત નથી થતો.

- **અહીં વાસ્તવિક પડકાર શું છે?** - આ પ્રશ્નથી લાગે છે કે પડકારો તો ઘણા છે, પણ તમારે તે પડકાર શોધવો પડશે, જે સૌથી વધારે મહત્ત્વનો છે. જ્યારે સવાલનો વાક્ય-વિન્યાસ આવો થાય છે, ત્યારે સામાન્ય રીતે લોકો ઉતાવળમાં કોઈ પગલું ઉઠાવવાને બદલે ઊંડાણથી વિચારવા માટે લાચાર થઈ જાય છે.

- **અહીં તમારા માટે વાસ્તવિક પડકાર શું છે?** - કોઈ પરિસ્થિતિમાં મોટા કે અમૂર્ત પડકારો વિશે સિદ્ધાંતવાદી વાતો કરવી લોકો માટે ખૂબ સહેલી હોય છે. આ પ્રશ્નમાં 'તમારા માટે' જેવા બે

શબ્દો જોડી દેવાથી આ એ વ્યક્તિ માટે વ્યક્તિગત મામલો બની જાય છે, જેને તમે આ પ્રશ્ન પૂછી રહ્યા છો. આનાથી તે પોતાની અંદર ચાલી રહેલા સંઘર્ષનો સામનો કરવા અને એ શોધવા માટે લાચાર થઈ જાય છે કે હવે તેણે આગળ શું કરવું પડશે.

વાસ્તવિક સમસ્યા પર ધ્યાન કેન્દ્રિત કરો, પોતાની સામે આવનારી પહેલી સમસ્યા પર નહીં.

ધ્યાન કેન્દ્રિત કરવાના પ્રશ્નથી અસ્પષ્ટતાનું ધૂંધળાપણું કેવી રીતે દૂર થાય છે

હવે જ્યારે તમે જાણો છો કે ધ્યાન કેન્દ્રિત કરવાનો પ્રશ્ન કેવી રીતે તૈયાર કરવામાં આવે છે, તમે જોશો કે કેવી રીતે આ પ્રશ્ન તમારા અને એ વ્યક્તિની વચ્ચે ઊભા થતા બધા સામાન્ય પરંતુ નિષ્પ્રભાવી પેટર્નસને કેવી રીતે પાર કરી લે છે, જેને તમે કોચિંગ આપી રહ્યા છો. જ્યારે તમે પડકાર પર ધ્યાન કેન્દ્રિત કરવાનો પ્રયત્ન કરો છો, ત્યારે આ પેટર્ન જ બાબતોને અસ્પષ્ટ રાખે છે. બોક્સ ઓફ ક્રેયોન્સમાં આપણે આ પેટર્નસને ધૂંધળાપણાનો ફુગ્ગો કહીએ છીએ. તેમાંથી ત્રણ સૌથી સામાન્ય પેટર્ન છે – પડકારોનો પ્રસાર, શેતાનનું કોચિંગ અને અમૂર્તતા તથા સામાન્યીકરણ.

પડકારોનો પ્રસાર

તમે 'સાત મુખ્ય પ્રશ્નો'માંથી પહેલા સાત પ્રશ્ન પર મહારત પ્રાપ્ત કરી લીધી છે. હવે તમે પૂરા આત્મવિશ્વાસની સાથે પડકારનો સામનો કરો છો અને પૂછો છો, 'તો, તમારા મનમાં શું ચાલી રહ્યું છે?'

અને તેના જવાબમાં સામેની વ્યક્તિ કહે છે, 'અમારો વેબસાઈટ પ્રોજેક્ટ શરૂ થયે હજુ માત્ર ત્રણ અઠવાડિયા થયા છે પણ અમે અત્યારથી અમારા લક્ષ્યથી એક મહિનો પાછળ ચાલી રહ્યા છીએ.

ઉપરથી એલ્બર્ટોનો વ્યવહાર એકવાર ફરીથી જરા વિચિત્ર થઈ ગયો છે, તે મૌનને પણ સંવાદ માની બેસે છે. આ ઉપરાંત અમને માર્કેટિંગ ટીમ પાસેથી તેના લોંચ અંગે કોઈ પ્રતિક્રિયા મળી નથી રહી અને હું પ્રોજેક્ટ ટોપિક થંડરના બજેટ અંગે પણ ચિંતિત છું. અને આજે જ્યારે હું મારી ગાડી ડ્રાઈવ કરીને આવી રહ્યો હતો ત્યારે અચાનક તેના એન્જિનમાંથી 'ટક ટક ટક' એવો અવાજ આવવા લાગ્યો....'

જો તમે ક્યારેય કોઈને ઓસ્ટ્રેલિયાઈ આદિમ વાદ્ય યંત્ર ડિગેરિડૂ વગાડતાં જોયા હોય તો તમે જાણતા હશો કે તેને જોઈને એવું લાગે છે જાણે વાદક શ્વાસ લીધા વિના પોતાના મોંથી સતત હવા ફૂંકી રહ્યો છે અને વાદ્ય યંત્ર વાગી રહ્યું છે. વાસ્તવમાં એ સમયે તે સર્ક્યુલર બ્રીધિંગ (નાકથી શ્વાસ લેવો અને મોંથી છોડવો) કરતો હોય છે. ક્યારેક તમે પણ અજમાવીને જુઓ. આમ કરવું ખરેખર અશક્ય લાગે છે. પણ સ્પષ્ટ છે કે તમારી સામે બેઠેલી એ વ્યક્તિ માટે આ અશક્ય નથી. 'તો, તમારા મનમાં શું ચાલી રહ્યું છે ?' આ પ્રકારના એક નાનકડા પ્રશ્નથી તમારી અંદરની ચિંતાઓની એક અંતહીન ધારા ઉજાગર થઈ જાય છે.

બની શકે છે કે તમે 'સાત મુખ્ય પ્રશ્નો'માંથી બીજા પ્રશ્ન પર પણ મહારત પ્રાપ્ત કરી લીધી હોય. પરંતુ હમણાં આ મુદ્દા અંગે તમે એ જરાય નહીં પૂછો,'અને બીજું કશું ?' કારણ કે તમે પહેલેથી દબાણ હેઠળ છો.

બધી સમસ્યાઓના સૂચિબદ્ધ થવાથી, તમે થોડી ચિંતાનો અનુભવ કરો છો. પણ ચિંતાની સાથે-સાથે સંતુષ્ટિનો ભાવ પણ હશે. કારણ કે આટલી બધી સમસ્યાઓ સ્પષ્ટ થવાથી તમે એક એવી અવસ્થામાં છો, જ્યાંથી સૂચન આપીને તમે ઘણી રીતે મદદ કરી શકો છો. બસ પ્રશ્ન એ છે કે શરૂઆત ક્યાંથી કરવી, શું પોતાની સામે આવનારા પહેલા પડકારથી શરૂઆત કરવામાં આવે અથવા પછી એ પડકારથી, જેનો ઉકેલ લાવવા અંગે તમે સૌથી વધારે આશ્વસ્ત છો ?

અથવા પછી – આ રહી તમારી નવી આદત – ઉપરોક્તમાંથી કોઈપણ નહીં. પ્રશ્ન કે સમાધાન આપનારા વલણમાં જવાને બદલે

તમે ધ્યાન કેન્દ્રિત કરવાનો પ્રશ્ન પૂછો છો -'અહીં તમારા માટે અસલી પડકાર શું છે ?'

એક સારા પ્રશ્ન વિના, એક સારા જવાબનું કોઈ અસ્તિત્વ નથી હોતું.

- ક્લેટન ક્રિસ્ટેંસેન

પડકારો વધવાના લક્ષણ

શું તમે ક્યારેય પોપકોર્ન બનાવ્યા છે ? પહેલા એક દાણો ફૂટે છે. પછી એક બીજો. એ પછી એક બીજો. પછી બધા દાણા ઝડપથી ફૂટવા માંડે છે. સમસ્યાઓ પણ આ જ રીતે વધે છે.

પડકારો વધતા રોકવા

પોતાની સામે રહેલા તમામ પડકારોમાંથી એક પડકારને શરૂઆતના બિંદુ તરીકે પસંદ કરો અને પછી તેના પર કામ કરવાના પ્રલોભનથી બચો. (ભલે તમે આ વાત અંગે પૂર્ણપણે નિશ્ચિત હો કે તમારે ક્યા પડકારની પસંદગી કરવાની છે.) તેના બદલે, કંઈક આવો પ્રશ્ન પૂછો –

'જો તમારે આમાંથી કોઈ એક પડકાર પર ધ્યાન કેન્દ્રિત કરવાની પસંદગી કરવાની હોય, તો તમે કોને પસંદ કરશો ?'

શેતાનનું કોચિંગ

'તમારા મનમાં શું ચાલી રહ્યું છે ?' તમે સાચી જિજ્ઞાસાની સાથે પૂછો છો.

'હું જોન વિશે વિચારી રહ્યો છું.'

'જોન વિશે ?'

'હા. જોન ખરેખર કોઈ ખરાબ સ્વપ્નથી ઓછો નથી. હું આજ

સુધી કોઈ એવી વ્યક્તિને નથી મળ્યો, જે પોતાના વર્તમાન કામ પર ધ્યાન કેન્દ્રિત કરવાની બાબતમાં આટલી નઠારી હોય. જૉન દરેક ચમકતી વસ્તુને સોનું માની લે છે. તેનું ધ્યાન ક્યારેય એક જગ્યાએ સ્થિર થતું નથી. તે હંમેશા કલ્પનાના વિશ્વમાં વિહરતો રહે છે. તેની સાથે કામ કરવું ખરેખર એક માથાનો દુખાવો છે.'

'શું ? ખરેખર ? જરા મને વધારે વિસ્તારપૂર્વક જણાવો.' તમે પ્રોત્સાહિત કરતા કહો છો.

'અરે, આ તો કશું જ નથી. વાસ્તવમાં હકીકત અને વાસ્તવિકતાની સાથે જૉનનો સંબંધ ખૂબ નબળો છે. એવું નથી કે તે જૂઠું બોલતો હોય છે. માત્ર વાત એટલી જ છે કે જૉનની બાબતમાં સત્ય અને જૂઠાણા વચ્ચે કોઈ સીમારેખા હોતી નથી.'

'ઓહ ! અચ્છા ! અને બીજું કશું ?'

'હા ! એકવાર તો તેણે.....'

અને બસ, આ રીતે પછીની પિસ્તાલીસ મિનિટ સુધી જૉન વિશે તમારા બંને વચ્ચે વાતો થતી રહે છે. તેમાં કોઈ બેમત નથી કે આ ખરેખર એક મજેદાર વાતચીત છે, જેના અંતે તમને બંનેને એક સારી અનુભૂતિ થાય છે. અને તેનું પૂર્ણ શ્રેય એ વાતને જાય છે કે જૉનમાં કેટલી બધી ખામીઓ છે અને તેની સરખામણીએ તમે બંને કેટલા શ્રેષ્ઠ છો. તમને એ પણ અનુભવ થાય છે કે તમે સામેવાળાને કેટલા સારી રીતે કોચ કર્યા. કારણ કે તમે તેની આખી વાત ધ્યાનથી સાંભળી એટલું જ નહીં બલકે તમારા બંને વચ્ચે ઊંડુ જોડાણ પણ પેદા થઈ ગયું.

પરંતુ આને કોચ કરવું ન કહી શકાય, તેમજ એને મેનેજ કરવું પણ ન કહેવાય. વાસ્તવમાં આ નકામી ગપશપ કરવી છે અથવા પછી જો વધારે સ્પષ્ટ શબ્દોમાં કહેવામાં આવે તો આ 'નિંદાખોરી' કરવી છે.

અહીં સૌથી મહત્ત્વપૂર્ણ છે, એ સ્પષ્ટ થવું કે તમે માત્ર પોતાની

સામે રહેલી વ્યક્તિને જ કોચ કરી શકો છો. ભલે કોઈ ત્રીજી વસ્તુ (જે સામાન્ય રીતે કોઈ ત્રીજી વ્યક્તિ જ હોય છે, પણ ક્યારેક-ક્યારેક આ કોઈ પ્રોજેક્ટ કે પરિસ્થિતિ પણ હોઈ શકે છે) વિશે વાત કરવાનું ગમે તેટલું આકર્ષક કે રોચક લાગે પરંતુ તમારા માટે જરૂરી એ જ છે કે તમે તમારી સામે બેઠેલી વ્યક્તિના પડકારોને આગળ લાવો. તો ઉપરોક્ત ઉદાહરણમાં આ વાતચીત કોચિંગ સાથે સંબંધિત માત્ર ત્યારે જ થશે, જ્યારે વાતચીતનો વિષય જૉન નહીં પરંતુ એ બિંદુ હોય કે તમારી સામે બેઠેલી વ્યક્તિ જૉનને કેવી રીતે મેનેજ કરી રહી છે.

અને આ બિંદુ પર તમને લઈ આવશે ધ્યાન કેન્દ્રિત કરવાનો પ્રશ્ન – 'તો અહીં તમારા માટે અસલી પડકાર શું છે ?'

શેતાનને કોચિંગના લક્ષણ

તે સતત કોઈ ત્રીજી વ્યક્તિ વિશે વાત કરશે. જેમ કે પોતાના બૉસની નિંદા કરવી....કોઈ ગ્રાહકની સાથે થયેલી વાતચીત અંગે ફરિયાદી સૂરમાં ચર્ચા કરવી....ટીમના કોઈ સભ્ય માટે ચિંતિત થવું અથવા પછી કોઈ પ્રોજેક્ટ કે પરિસ્થિતિ વિશે નવી પ્રક્રિયાઓ સંદર્ભમાં ફરિયાદી પ્રતિક્રિયા આપવી....પ્રોજેક્ટની વધતી જરૂરિયાતોથી ચિંતિત થવું....અથવા વ્યવસાયિક એકમના પુનર્ગઠનના પ્રભાવો વિશે ચિંતા વ્યક્ત કરવી.

શેતાનના કોચિંગ માટે ઉકેલ

વાતચીતને ફરીથી એ વ્યક્તિ પર કેન્દ્રિત કરીએ, જે તમારી સામે બેઠી છે. જે પણ થઈ રહ્યું છે, તેનો સ્વીકાર કરીએ અને પછી ધ્યાન કેન્દ્રિત કરવાનો પ્રશ્ન પૂછો. જે કંઈક આ રીતનો હશે –

'જુઓ, હું સમજું છું કે (અહીં વ્યક્તિ કે પરિસ્થિતિનું નામ નોંધો) ની સાથે શું ચાલી રહ્યું છે. પણ અહીં તમારા માટે અસલી પડકાર શું છે ?'

અમૂર્તતા અને સામાન્યીકરણ

તમે સીધા શબ્દોમાં પૂછો છો, 'તો, તમારા મનમાં શું ચાલી રહ્યું છે ?'

'મને આનંદ થાય છે કે તમે મને પૂછ્યું. ખબર નથી કે તમે આના વિશે એચબીઆરની તાજી બ્લોગ પોસ્ટ વાંચી છે કે નહીં, પણ તેમાં રણનીતિ અને સંસ્કૃતિની વચ્ચેના સંઘર્ષ પર કેટલાક રસપ્રદ વિચાર રજૂ કરવામાં આવ્યા છે. અને હું જાણું છું કે આ પણ પ્રોજેક્ટનો જ એક ભાગ છે અને તેના પર આપણી નજર પણ રહે છે. અમારી સીનિયર ટીમ પણ આ વિચાર કરી રહી છે કે.....'

તમે સહમતિથી માથું હલાવો છો અને આશા રાખો છો કે તે ટૂંક સમયમાં જ અસલી મુદ્દા પર આવી જશે.

'મને લાગે છે કે સામાન્ય રીતે સાંસ્કૃતિક પરિવર્તનની સાથે પડકારો એ હોય છે કે લીડર્સના અનુભવો અને આપણા – બાકીના લોકોના અનુભવોમાં ઘણો ફેર હોય છે. મેં સાંભળ્યું છે કે આને 'મેરાથોન ઈફેક્ટ' કહે છે. જેનો અર્થ છે કે સંગઠનની લીડરશિપ બાકીના લોકો કરતાં પહેલાં જ સીમારેખા ઓળંગીને રેસ પૂરી કરી લે છે. આ વિશે એડગર શેહેન એ પોતાના પુસ્તકમાં કેટલીક રસપ્રદ વાતો કહી છે કે.....'

હવે તમારું મન ડૂબવા લાગે છે. કદાચ તે આ જ રીતે બોલતા રહેશે અને ક્યારેય મૂળ મુદ્દા પર નહીં આવે.

એવું નથી કે આ પ્રકારની વાતચીત રસપ્રદ નથી હોતી. પરંતુ સામાન્ય રીતે આવી વાતચીત કોઈ એકેડેમિક ચર્ચા જેવી લાગવા માંડે છે અથવા પછી એવું લાગે છે, જાણે કોઈ અધિકારી સંગઠનની પ્રવૃત્તિઓનો અહેવાલ આપી રહ્યો હોય. બસ એ જ સ્પષ્ટ નથી થતું કે આખરે આ વાતચીત એક એવી ચર્ચામાં કેવી રીતે ફેરવાશે, જ્યાં સમસ્યાને ઓળખી તેનો ઉકેલ શોધવામાં આવે.

આ એ જ સમય છે, જ્યારે તમારે ધ્યાન કેન્દ્રિત કરવાનો

પ્રશ્ન પૂછી લેવો જોઈએ, 'તો, અહીં તમારા માટે અસલી પડકાર શું છે?'

અમૂર્તતા તથા સામાન્યીકરણના લક્ષણ

સંગઠનમાં શું ચાલી રહ્યું છે, એ વિશે વિસ્તૃત દૃષ્ટિકોણની સાથે ઉચ્ચ-સ્તરીય વાતચીત થઈ રહી છે. એવું લાગે છે, જાણે તમારી સામે બેઠેલી વ્યક્તિ, જે આ વિષય પર વાત કરી રહી છે, તે પોતે આનો ભાગ છે જ નહીં બલકે માત્ર એક અવલોકનકર્તા છે. આ સંજોગોમાં હંમેશા 'આપણે' અને 'અમારા' વિશે વાતચીત થાય છે, 'હું' અને 'મારા' વિશે નહીં.

અમૂર્તતા તથા સામાન્યીકરણનો ઉકેલ

તમે ગેરમાર્ગે દોરાઈ રહ્યાનો ભાવ અનુભવતા હો તો તમારે વાસ્તવિક પડકારને આગળ લાવવા અને તેને સામે બેઠેલી વ્યક્તિ સાથે જોડવાની કોઈ રીત શોધવી પડશે. 'શેતાનનું કોચિંગ'ની જેમ આ પણ વાતચીતને ફરીથી એ જ વ્યક્તિ પર કેન્દ્રિત કરવા સાથે જોડાયેલું છે, જે તમારી સામે બેઠી છે. આમ કરવા માટે તમારે કંઈક આવો પ્રશ્ન પૂછવો જોઈએ – 'જુઓ, મને પડકાર વિશે એક આછો અંદાજ છે. પણ અહીં તમારા માટે વાસ્તવિક પડકાર શું છે?'

<u>પ્રદર્શનથી વિકાસની તરફ વધવું</u>

શરૂઆતના પ્રશ્નવાળા પ્રકરણમાં મેં પ્રદર્શન માટે કોચિંગ અને વિકાસ માટે કોચિંગ વચ્ચેના ભેદ વિશે સંક્ષેપમાં ચર્ચા કરી હતી. પ્રદર્શન માટે કોચિંગ સામાન્ય રીતે રોજબરોજની સમસ્યાઓને ઉકેલાવા સાથે જોડાયેલું હોય છે. જ્યારે વિકાસ માટે કોચિંગની સમસ્યાઓને ઉકેલવા કરતાં વધારે મોટી બાબતો સાથે જોડાયેલી હોય છે અને આ એ વ્યક્તિ પર ધ્યાન કેન્દ્રિત કરે છે, જે સમસ્યાઓને ઉકેલવાનો પ્રયત્ન કરી રહી છે. જેમ મેં જણાવ્યા, આ બંને વચ્ચેનું અંતર એવું જ છે, જેવું આગમાં અને આગ ઓલવવાનો પ્રયત્ન કરતી વ્યક્તિમાં હોય છે.

પ્રશ્નોની શરૂઆતમાં 'તમારા માટે' જેવા શબ્દ જોડવા વાતચીતને પ્રદર્શનને બદલે વિકાસ ઉન્મુખ બનાવવાની એક સામાન્ય તકનીક છે. જી હા, સમસ્યાનો ઉકેલ તો આ રીતે પણ આવી જ જશે. પરંતુ 'તમારા માટે' શબ્દનો ઉપયોગ કરવાથી હંમેશા વધારાની વ્યક્તિગત અંતદૃષ્ટિ પણ મળે છે. આ વ્યક્તિગત અંતદૃષ્ટિથી ક્ષમતા પણ વધે છે અને વિકાસ પણ વધારે થાય છે.

<u>તમારા માટે આ પ્રશ્નને કારગર બનાવવાની ત્રણ રણનીતિઓ</u>

હવે તમે જાણો છો કે ધ્યાન કેન્દ્રિત કરવાનો પ્રશ્ન કેટલો કારગર છે. આગળ તમને કેટલાક એવા નુસખા જણાવાશે જેનાથી તમે સુનિશ્ચિત કરી શકશો કે આ પ્રશ્ન તમારા કિસ્સામાં પણ એટલા જ કારગર સાબિત થશે.

વિશ્વાસ રાખો કે તમે ઉપયોગી સાબિત થઈ રહ્યા છો

જ્યારે તમે સલાહ આપવા અને ઉકેલ જણાવવાની પ્રવૃત્તિ છોડીને પ્રશ્ન પૂછવાની પ્રવૃત્તિ અપનાવશો, તો જરા ચિંતાની લાગણી અનુભવશો – 'હું તો માત્ર પ્રશ્ન જ પૂછી રહ્યો છું. આ લોકોને ટૂંક સમયમાં જ લાગશે કે હું પ્રશ્ન પૂછવા ઉપરાંત કશું જ કરતો નથી.'

એ ક્ષણને ઓળખવાનું શીખો, જ્યારે તમે પ્રશ્ન પૂછ્યા પછી ક્ષણભરનો વિરામ લો છો. તમે જોશો કે સામેની વ્યક્તિ ક્ષણિક વિચારીને તમારા પ્રશ્નનો જવાબ શોધી રહી છે. તે ક્ષણમાં તમે ઘણા અંશે નવા ન્યૂરલ કનેક્શન્સ બનતા જોઈ શકશો.

પોતાની જાતને વધારે આશ્વસ્ત કરવા માટે સાત મુખ્ય પ્રશ્નોમાંથી અંતિમ પ્રશ્ન પર મહારત પ્રાપ્ત કરો – 'અહીં તમારા માટે સૌથી ઉપયોગી શું હતું ?' ત્યારે તમે સામેની વ્યક્તિ માટે અને સાથે જ પોતાના માટે પણ શીખવાની તક ઊભી કરો છો.

યાદ રાખો કે તમારે માત્ર યોગ્ય અવસરે જ સલાહ આપવાની છે

જ્યારે કોઈ અચાનક તમારી કેબિનમાં આવીને પૂછે છે, 'શું તમે જાણો છો કે ફોલ્ડર ક્યાં મૂક્યું છે ?' તો બસ તેને જણાવી

દો કે ફોલ્ડર ક્યાં મૂક્યું છે. એમ ન પૂછશો કે 'અહીં તમારા માટે વાસ્તવિક પડકાર શું છે ?' કારણ કે આમ કરવાનું સામેની વ્યક્તિને ગુસ્સો અપાવનારું હશે. (જો કે આમ કરવાનો એ ફાયદો ચોક્કસ થાય છે કે લોકો અચાનક આવીને તમારા કામમાં અંતરાય ઊભા કરવાનું બંધ કરી દે છે તેથી આ યુક્તિને પૂર્ણપણે છોડી ન દેશો.) એક મેનેજર અને એક લીડર હોવાને નાતે તમારી એક ભૂમિકા એ છે કે તમારી પાસે પ્રશ્નોના જવાબ હોવા જોઈએ. અમારો પ્રયત્ન માત્ર એ છે કે પોતાની આ ભૂમિકા પર ખરા ઉતરવાની પ્રવૃત્તિ તમારી સ્થાયી આદત ન બની જાય.

બીજો પ્રશ્ન યાદ રાખો

એકવાર કોઈએ કહ્યું હતું કે બેકન (મીઠા દ્વારા સંરક્ષિત કરવામાં આવેલું માંસ) ની સાથે ખાવાથી દરેક વસ્તુ સ્વાદિષ્ટ જ લાગે છે. એક માંસાહારી વ્યક્તિ હોવાને કારણે હું આ વાતની પુષ્ટિ પણ કરું છું. બરાબર એવી જ રીતે 'અને બીજું કંઈ ?' જોડવાથી દરેક પ્રશ્ન વધારે ઉત્તમ થઈ જાય છે.

એ પૂછવું સારું છે કે 'અહીં તમારા માટે વાસ્તવિક પડકાર શું છે ?'

પણ આ જ પ્રશ્નમાં 'અને બીજું કંઈ ?' જોડવાથી આ હજુ વધારે ઉત્તમ થઈ જશે.

પોતાની નવી આદતનું અહીં નિર્માણ કરો

જ્યારે આવું થાય....

એ ક્ષણોને, લોકોને અને સંભવતઃ એ ભાવનાઓને પણ કાગળ પર લખો, જે તમારું ટ્રિગર છે.

આપણે અહીં જે પેટર્ન તોડી રહ્યા છીએ, તે છે, ખોટી સમસ્યા પર જરૂર કરતાં વધારે કામ કરવું તેથી અહીં તમારું ટ્રિગર કોઈપણ પડકાર પર ધ્યાન કેન્દ્રિત કરવાનું હોઈ શકે છે. ભારે અસ્પષ્ટતાની વચ્ચે બેસી પોતાના પડકારને ઓળખવાની સરખામણીએ, સુધારો

કરવાની રીતો શોધવી ક્યાંય વધારે સહજ લાગે છે. આ એ જ બિંદુ છે, જેમાં આ પ્રશ્નની શક્તિ સમાયેલી છે. તમારું ટ્રિગર આ હોઈ શકે છે – જ્યારે તમારી ટીમ કોઈ પડકાર કે પ્રોજેક્ટ પર ચર્ચા કરી રહી હોય અને તે ચર્ચા પહેલેથી જ ઉકેલની દિશામાં જઈ ચૂકી હોય. અથવા પછી જ્યારે તમારી ટીમનો કોઈ સભ્ય કોઈ સમસ્યા સામે ઝઝૂમી રહ્યો હોય પણ તમે આ વાત અંગે નિશ્ચિંત ન હો, કે તેને ખરેખર પોતાના પડકારનો અંદાજ છે કે નહીં. અથવા પછી જ્યારે તમે પોતાની સામે આવેલા પડકાર અંગે અનિશ્ચિતતા અનુભવી રહ્યા હો અને તે અંગે ચિંતિત તથા ભયભીત હો.

તો આ કરવાને બદલે.....

પોતાની એ જૂની આદતને સ્પષ્ટતાની સાથે કાગળ પર લખવી, જેને તમે છોડવા ઈચ્છો છો.

તમારી આંખોની સામે અસ્પષ્ટતાનો પડદો પડ્યો હોય એ જ જૂની આદત છે, જેને તમે તોડવાનો પ્રયત્ન કરી રહ્યા છો. તો અહીં 'આ કરવાને બદલે' નો અર્થ છે – જ્યારે તમે પોતાની સામે આવેલા પહેલા પડકારને જ વાસ્તવિક પડકાર માની લો, અથવા લોકોને સમજાવવા માટે પડકારને અસ્પષ્ટ પણ ઉચ્ચ-સ્તરીય વસ્તુની જેમ રજૂ કરો, અથવા જ્યારે તમારી સામે ઘણા બધા પડકારો હોય અને તમે એ બધાનો ઉકેલ શોધવામાં લાગેલા હો, અથવા જ્યારે તમને તે બધા પડકારો સમાન રીતે મહત્ત્વપૂર્ણ લાગતા હોય, અથવા જ્યારે સમસ્યા કોઈ બીજી વ્યક્તિની હોય (અથવા જ્યારે કોઈ વ્યક્તિ જ સમસ્યા હોય) અથવા જ્યારે તમે આ વાત પર ધ્યાન કેન્દ્રિત કર્યા વિના સીધું કાર્ય શરૂ કરી દો કે તમારી સામે ક્યો પડકાર છે.

હું આ કરીશ....

પોતાની નવી આદતનું વર્ણન કરવું.

હું નિશ્ચિતપણે કહી શકું છું કે આ કંઈક આવું હશે, 'પૂછો કે અહીં તમારા માટે વાસ્તવિક પડકાર શું છે ?'

બોક્સ ઑફ ક્રેયોન્સ લેબ તરફથી

જ્યારે અમે અમારી સંશોધક લિંડસેને આ પ્રશ્નની પાછળ સક્રિય વિજ્ઞાનના ઊંડાણમાં જવાનું કહ્યું, તો તે એવા ઘણા અભ્યાસ અમારી સામે લઈ આવ્યા, જે ધ્યાન કેન્દ્રિત કરવામાં લોકોની મદદ કરવી કેટલું મહત્ત્વનું છે તે અંગે હતા. તમને કદાચ યાદ હશે કે મેં પાછળના પ્રકરણમાં બૈરી શ્વાટર્જના પુસ્તક ધ પેરાડોક્સ ઑફ ચોઈસનો ઉલ્લેખ કર્યો હતો અને તમને જણાવ્યું હતું કે આવા ઘણા અભ્યાસ છે, જે દેખાડે છે કે કેવી રીતે વિકલ્પ સીમિત હોવાથી દબાણમાં આવવાના પ્રસંગ અને મલ્ટીટાસ્કિંગની શક્યતા ઓછી થઈ જાય છે. પરંતુ આ પ્રશ્ન માત્ર ધ્યાન કેન્દ્રિત કરવાની એ તકો ઉપલબ્ધ કરાવવા સુધી જ સીમિત નથી, જે રચનાત્મકતાને મુક્ત અને ટાળંટાળીની પ્રવૃત્તિને વિલીન કરી નાખે છે.

ધ્યાન કેન્દ્રિત કરવાના પ્રશ્નના કારગર હોવા પાછળનું એક કારણ છે આ બે શબ્દ 'તમારા માટે.' ગણિતના પ્રશ્નોના વિવરણમાં 'તમે' શબ્દની હાજરીના પ્રભાવો પર ઈ.સ.1997માં એક અભ્યાસ કરવામાં આવ્યો હતો. આમાં પ્રશ્નોની એક જટિલ શ્રેણીને સામેલ કરવામાં આવી હતી. સ્ટડી અનુસાર, જ્યારે પ્રશ્નોના વિવરણમાં 'તમે' શબ્દ સામેલ થાય છે, ત્યારે પ્રશ્નને પુનરાવર્તિત કરવાની જરૂર ઓછી પડે છે અને લોકો તેને ઓછા સમયમાં વધારે સટીક રીતે ઉકેલી લે છે.

તમે લોકોને જે પણ પ્રશ્ન પૂછો છો, તેમાં આ અંતર્દૃષ્ટિનો લાભ લઈ શકો છો. પ્રશ્નમાં 'તમારા માટે' જોડવાથી લોકોને તેનો જવાબ શોધવામાં તો મદદ મળે જ છે બલકે તે વધારે સટીક જવાબ આપે છે.

પ્રશ્નનો માસ્ટરક્લાસ ભાગ 4

એ જ પ્રશ્ન પૂછો જેમાં 'શું' શબ્દ આવતો હોય.

પીટર સેંગે 1990ના દાયકામાં એક પ્રભાવી વ્યક્તિત્વ ધરાવતા હતા, જ્યારે તેમનું પુસ્તક 'ધ ફિફ્થ ડિસિપ્લિન' અને તેની લર્નિંગ ઓર્ગેનાઈઝેશનની થીમ અચાનક અધિકારી વર્ગમાં દરેક જગ્યાએ લોકપ્રિય થઈ ગઈ હતી. તેમણે જે ટૂલ્સ જણાવ્યા હતા, તેમાંથી એક હતું 'ધ ફાઈવ વ્હાઈઝ'. આ એક સ્પષ્ટ પ્રક્રિયા હતી, જેમાં 'વારંવાર સામે આવનારી હાનિકારક સમસ્યા'ના મૂળ સુધી પહોંચવા માટે એક વાર્તાના માધ્યમથી પાછળની તરફ જવામાં આવે છે.

સાઈમન સિનેકે પોતાના લોકપ્રિય પુસ્તક 'સ્ટાર્ટ વિથ વ્હાઈ – હાઉ ગ્રેટ લીડર્સ ઈંસ્પાયર એવરીવન ટૂ ટેક એક્શન'માં આ જ થીમને આગળ વધારી છે. (તેમની એક ઉત્તમ ટેડ ટોક પણ ઉપલબ્ધ છે). સિનેકના અનુસાર, જો કોઈ સંગઠનના લોકોને – પોતાના ગ્રાહકો અને કર્મચારીઓ બંનેને – પ્રેરિત કરવા ઈચ્છે છે, તો એ જરૂરી છે કે સંગઠન આ વાત અંગે પૂર્ણપણે સ્પષ્ટ હોય કે તે અસ્તિત્વમાં 'શા માટે' આવ્યું અને આ સ્પષ્ટતા જ તેનો આધાર હોવી જોએ.

શ્રેષ્ઠ એ હશે કે તમે આ બંને લેખકોને નજરઅંદાજ કરી દો.

જી હા, સંગઠનાત્મક જીવનમાં 'શા માટે ?' વાળા પ્રશ્ન પૂછવાનો પોતાનો એક યોગ્ય અવસર, એક યોગ્ય સમય હોય છે. એક મેનેજર તરીકે પોતાની ટીમની સાથે કોઈ ઊંડી વાતચીત કરતી વખતે આવો પ્રશ્ન પૂછવો યોગ્ય નથી. તેના બે કારણ છે –

- તમે પોતાની ટીમને રક્ષાત્મક થવા માટે મજબૂર કરી દેશો - તમારા ટોનમાં જરાપણ ગરબડ થઈ અને તમારો 'શા માટે....?' વાળો પ્રશ્ન સાંભળીને તેમને એવું લાગશે, જાણે તમે કહી રહ્યા હો, 'શું બકવાસ છે ! આખરે તમે લોકો શું માનીને બેઠા હતા ?' આ પછી કશું જ સકારાત્મક નહીં હોય, માત્ર ગરબડ જ થશે.

- તમે સમસ્યાને ઉકેલવાના પ્રયત્નમાં ગૂંચવાઈ જશો - તમે 'શા માટે ?' વાળો પ્રશ્ન એટલા માટે પૂછો છો કારણ કે તમે કિસ્સાને વધારે વિસ્તારથી જાણીને સમસ્યાને ઉકેલવા ઈચ્છો છો. આ રીતે તમે અચાનક એકવાર ફરી એ દુષ્કર્મમાં ફસાઈ જાઓ છો, જ્યાં તમારી ટીમ તમારા પર જરૂર કરતાં વધારે નિર્ભર રહે છે અને તમે વધારાના કામના બોજથી દબાયેલા રહો છો.

જો તમે બાબતોને ઉકેલવાનો પ્રયત્ન નથી કરતા, તો તમારે કોઈ બેકસ્ટોરીની જરૂર નથી.

એ જ પ્રશ્ન પૂછો જેમાં 'શું' શબ્દ આવે છે અને એ પ્રશ્નોથી બચો, જેમાં 'શા માટે' શબ્દ આવે છે. આ કોઈ સંયોગ નથી કે આ પુસ્તકમાં જણાવેલા સાત મુખ્ય પ્રશ્નોમાંથી છ પ્રશ્ન 'શું' વાળા પ્રશ્ન છે.

આ રહી તમારી નવી આદત

જ્યારે આવું થાય....

જ્યારે મારા મનમાં તેમને 'શા માટે ?' વાળો પ્રશ્ન પૂછવાનું પ્રલોભન પેદા થાય....

તો આ કરવાને બદલે.....

સવાલને 'શા માટે ' શબ્દની સાથે પૂછવાને બદલે.....

હું આ કરીશ.....

હું આ પ્રશ્નનો વાક્ય-વિન્યાસ બદલીને તેને 'શા માટે ?' વાળો પ્રશ્ન બનાવી દઈશ. ઉદાહરણ માટે, 'તમે આ શા માટે કર્યું ?' એમ પૂછવાને બદલે હું પૂછીશ, 'તમે આ બાબતમાં શું આશા રાખતા હતા ?' આ જ રીતે 'તમને એવું કેમ લાગે છે કે આ એક સારો આઈડિયા છે ?' એમ પૂછવાને બદલે હું પૂછીશ, 'તે શું છે, જેના કારણે તમારે આ પગલું ઉઠાવવાનો વિકલ્પ પસંદ કર્યો ?' આ જ રીતે 'તમે એના માટે આટલા ચિંતિત થઈ રહ્યા છો ?' ના બદલે હું પૂછીશ, 'અહીં તમારા માટે શું મહત્ત્વપૂર્ણ છે ?'

એક અનોખું સંયોજન

પહેલા ત્રણ મુખ્ય પ્રશ્નોના સંયોજનથી તમારી કોચિંગ સંબંધિત વાતચીત માટે એક નક્કર પટકથા તૈયાર કરી શકાય છે.

તમે એ જોઈને ખરેખર આશ્ચર્યચકિત થઈ જશો કે આ પ્રશ્ન કેટલા બધા પ્રસંગોએ પૂછવા માટે બિલકુલ ઉપયુક્ત છે.

શરૂ કરો –

તમારા મનમાં શું ચાલી રહ્યું છે ?
વાતચીત શરૂ કરવાની સૌથી સારી રીત એ જ છે, આ એક ખુલ્લો પણ કેન્દ્રિત પ્રશ્ન છે.

ચકાસો –

શું તમારા મનમાં કશું બીજું પણ છે, જે તમે જણાવવા ઈચ્છો છો ?
સામેવાળી વ્યક્તિને આ બાબત સાથે જોડાયેલી પોતાની અન્ય ચિંતાઓ વહેંચવાનો વિકલ્પ પણ આપો.

પછી ધ્યાન કેન્દ્રિત કરવાનું શરૂ કરો –
તો, અહીં તમારા માટે વાસ્તવિક પડકાર શું છે ?
વાતચીત પહેલેથી જ ગહન થતી જઈ રહી છે. હવે તમને એ સમજાવું જોઈએ કે આમાં કઈ બાબત પર ધ્યાન આપવું તમારા માટે સૌથી ઉપયોગી થશે.

પૂછો –

અને કશું (એવું શું છે, જે અહીં તમારા માટે વાસ્તવિક પડકાર છે) ?
વિશ્વાસ રાખો, સામેવાલી વ્યક્તિની પાસે તમને જણાવવા માટે કશુંક ને કશુંક જરૂર હશે. આ ઉપરાંત પણ તેની પાસે બીજું ઘણું બધું હશે.

ફરીથી ચકાસો –

આ ઉપરાંત બીજું પણ કશું છે ખરું ?
જે ખરેખર મહત્ત્વનું છે, તેમાંથી મોટાભાગના તમારી સામે હશે.

તો આના મૂળમાં જાઓ અને પૂછો –

તો....અહીં વાસ્તવિક પડકાર શું છે ?

પાયાનો પ્રશ્ન

આમાં એ પ્રશ્ન પર ચર્ચા થશે, જે વયસ્ક સંબંધોનું કેન્દ્ર છે.

એક સમજુ વ્યક્તિ કેવી રીતે બનશો ?

પીટર બ્લૉક એ વિષયના શાનદાર વિચારક છે કે આપણે પોતાની ઓફિસમાં કે કામકાજી વાતાવરણમાં કેવું વર્તન કરીએ છીએ. તેમના પુસ્તકો 'ફ્લોલેસ કંસલ્ટિંગ' અને 'ધ આન્સર ટુ હાઉ ઈઝ યેસ' દરેક એ વ્યક્તિએ અનિવાર્યપણે વાંચવી જોઈએ, જે કોઈ સંગઠનમાં કોઈ કામ પૂર્ણ કરવાનો પ્રયત્ન કરી રહી છે.

પીટર બ્લૉક પોતાના કામને કંઈક આ રીતે પરિભાષિત કરે છે, 'લોકોને તેમની સ્વતંત્રતાની જવાબદારી આપવી.' આ એક મોટું કથન છે, જે જેટલા જવાબ આપે છે, એટલા જ નવા પ્રશ્ન પણ ઊભા કરે છે. તેમાંથી એક પ્રશ્ન આ હોઈ શકે છે કે 'સ્વતંત્રતા શું છે?'

અને તેના જવાબમાં બ્લૉક કહેશે કે સ્વતંત્રતા એટલે એક વયસ્ક તરીકે પોતાના ઓફિસમાં આવીને કામ કરવા માટે સક્ષમ હોવું અને સાથે જ પોતાની આસપાસના લોકોની સાથે એક વયસ્ક જેવું વર્તન કરવામાં સક્ષમ હોવું.

પાયાનો પ્રશ્ન - 'તમે શું ઈચ્છો છો ?'

પોતાની સ્વતંત્રતાની જવાબદારી લેવી ખૂબ મુશ્કેલ કામ છે. બ્લૉકે વયસ્ક સંબંધોને કંઈક આ રીતે પરિભાષિત કર્યા છે, 'જ્યાં

તમે સામેવાળી વ્યક્તિને આ જણાવી શકો કે તમે તેની પાસેથી શું ઈચ્છો છો, ભલે તમે જાણતા હો કે કદાચ તે ના પાડી દેશે.' તેથી આ સહેલો પરંતુ શક્તિશાળી પ્રશ્ન આ પુસ્તકના કેન્દ્રમાં છે કે 'તમે શું ઈચ્છો છો ?' હું ક્યારેક-ક્યારેક આને ગોલ્ડફિશ પ્રશ્ન પણ કહું છું કારણ કે તેના વિશે મળનારી પ્રતિક્રિયા ગોલ્ડફિશ જેવી જ હોય છે, બીકના કારણે પહોળી થયેલી આંખો અને એવું મોં જે વારંવાર ખૂલતું અને બંધ થતું હોય પણ તેમાંથી કોઈ અવાજ ન આવતો હોય. વાસ્તવમાં આ પ્રશ્નનો જવાબ આપવો આટલો મુશ્કેલ એટલા માટે છે કારણ કે –

સામાન્ય રીતે આપણને એ જાણ નથી હોતી કે આપણે વાસ્તવમાં શું ઈચ્છીએ છીએ. ભલે લોકો તરત આ પ્રશ્નનો જવાબ આપી દે પરંતુ તે પછી જો તેમને પૂછવામાં આવે, 'પરંતુ તમે ખરેખર શું ઈચ્છો છો ?' તો કદાચ તે તમારું મોં તાકતા રહી જશે.

જો કે જો તમે જાણો છો કે તમારે ખરેખર શું જોઈએ છે, ત્યારે પણ સામેની વ્યક્તિને એ જણાવવું સામાન્ય રીતે ઘણું મુશ્કેલ હોય છે. આપણે હંમેશા પોતાને આ માટે નવા-નવા કારણ આપતા રહીએ છીએ કે હમણાં આવું કરવું ઉચિત શા માટે નથી, ક્યારેક આપણે વિચારીએ છીએ કે સામેની વ્યક્તિ ચોક્કસપણે ના પાડી દેશે અને ક્યારેક આપણને લાગે છે કે આખરે સામેની વ્યક્તિને ખૂલીને કહેનારા આપણે કોણ છીએ એટલે કે આપણે જે ઈચ્છીએ છીએ તે હંમેશા વણકહ્યું જ રહી જાય છે.

ભલે તમે જાણતા હો કે તમે શું ઈચ્છો છો અને ભલે તમે સામેની વ્યક્તિને તેના વિશે જણાવવાનું સાહસ પણ ધરાવતા હો પણ તે તમારી વાતને સારી રીતે સાંભળી અને સમજી લે, એ હંમેશા થોડું મુશ્કેલ હોય છે. ક્યારેક-ક્યારેક આના માટે તમે પોતે જ જવાબદાર હો છો. તમે જે ઈચ્છો છો, તેને તમે પોતાના શબ્દો વચ્ચે છુપાવવાની રીત શોધી કાઢી હોય છે, અથવા પછી તમારું ધ્યાન એ વિવિધ આશાઓને કારણે વિચલિત થયેલું હોય છે, જે ઓછું મહત્ત્વનું છે, અથવા પછી તમને વિશ્વાસ હોય છે કે તમે

સામેની વ્યક્તિને જે સ્પષ્ટ સંકેત આપ્યા છે, તે પૂરતા છે અથવા પછી તમે એ માની લો છો કે તમે ફેરવી-તોળીને જે ટિપ્પણી કરી છે, તે પૂરતી છે. તો ક્યારેક-ક્યારેક વણસાંભળ્યા અનુરોધો માટે સામેની વ્યક્તિ જ જવાબદાર હોય છે. તેનો પોતાનો અલગ એજન્ડા હોય છે અને તે તેના જ હિસાબે નિર્ણય લે છે. અથવા પછી તમે જે કહ્યું હોય છે, સામેની વ્યક્તિ પોતાના કન્ફર્મેશન બાયસ (પુષ્ટિ પૂર્વાગ્રહ) ને કારણે તેને કોઈ બીજી રીતે સાંભળી કે ગ્રહણ કરી રહી હોય છે અથવા પછી તે તમારી વાત સાંભળવાનો માત્ર દેખાડો જ કરતી હોય છે અને વાસ્તવમાં બિલકુલ ધ્યાન આપતી નથી.

પરંતુ ભલે તમે જાણતા હો કે તમે શું ઈચ્છો છો....ભલે તમે સામેની વ્યક્તિને જણાવી પણ દો કે તમે શું ઈચ્છો છો....અને ભલે તમને એવું લાગતું હોય કે સામેની વ્યક્તિ તમારી વાત સમજી ગઈ છે, ત્યારે પણ એવો જવાબ મળવો મુશ્કેલ જ હોય છે, જે બિલકુલ સકારાત્મક અને સ્પષ્ટ હોય. અથવા પછી બની શકે છે તે તમે જે ઈચ્છો છો, સામેની વ્યક્તિ તેના બદલે તમારી સામે બીજો જ કોઈ વિકલ્પ મૂકી દે. ત્યાં જ બીજી તરફ જો તમે સામેની વ્યક્તિની જગ્યાએ હો તો એ સમયે તમારા માટે એ સમજવું થોડું મુશ્કેલ હોય છે કે તે તમારી પાસે જે ઈચ્છે છે અથવા જે વિનંતી કરી રહ્યો છે, એ જરૂરી નથી કે તેના અંગે તમારો જવાબ 'હા' જ હોય. તમે તેને વિનમ્રતાની સાથે 'ના' પણ કહી શકો છો અથવા પછી તેને કોઈ બીજો વિકલ્પ પણ આપી શકો છો.

તમે જોઈ શકો છો કે 'તમે શું ઈચ્છો છો ?' પ્રશ્નનો બેડો પાર ન થવા પાછળ ઘણા કારણ હોય છે. જ્યોર્જ બર્નાડ શૉ એ આ અંગે સંક્ષેપમાં ખૂબ મહત્ત્વની વાત કહી છે, 'સંવાદની એક સૌથી મોટી સમસ્યા એ ભ્રમ છે કે સંવાદ ખરેખર થઈ ચૂક્યો છે.'

આ ભ્રમ કે વાતચીતમાં સામેલ બંને પક્ષો જાણે છે કે સામેની વ્યક્તિ તેની પાસેથી શું ઈચ્છે છે, ખૂબ વ્યાપક છે અને તેનાથી નિરાશાજનક વાતચીતની શક્યતા વધી જાય છે.

જો કે તેનો અર્થ એ નથી કે બધું જ પૂર્ણ થઈ ગયું છે. બાબતોને સહજ બનાવવાની એક રીત એ પણ છે કે ઈચ્છાઓ અને જરૂરિયાતો વચ્ચેના ફેરને સમજવામાં આવે.

ઈચ્છાઓ અને જરૂરિયાતોને એકબીજાથી અલગ રાખવી

બાળપણમાં જ્યારે મને પહેલી વાર પૉકેટ મની મળવાની શરૂ થઈ ત્યારે પહેલા મારા માતા-પિતાએ મને બચતનું મહત્ત્વ સમજાવ્યું અને ઈચ્છાઓ તથા જરૂરિયાતોની વચ્ચેનો ફરક જણાવ્યો. આ એક મહત્ત્વનો ફેર છે. અને મને લાગે છે કે જો ઈચ્છાઓ અને જરૂરિયાતોની વચ્ચેના ફરક વિશે થોડી ક્ષણો સુધી વિચાર કરવામાં આવે, તો તેનું કંઈક આવું વિવરણ સામે આવે છે –

ઈચ્છા – કાશ, ફલાણી વસ્તુ મારી પાસે પણ હોત.

જરૂરિયાત – મારે ફલાણી વસ્તુ લેવી જ પડશે.

આ ફરક સૈદ્ધાંતિક રીતે ખૂબ મહત્ત્વ ધરાવે છે. પરંતુ વ્યવહારિક રીતે દરેક વસ્તુને જરૂરિયાત બનવાથી રોકવી ખૂબ મુશ્કેલ છે. એટલે આ ફરક આપોઆપ જ લુપ્ત થઈ જાય છે. માર્શલ રોજેનબર્ગ એ એનવીસી (નોનવૉયલેંટ કમ્યુનિકેશન – અહિંસક સંચાર) નો વિચાર આપ્યો હતો. આ એક એવી સંચાર પ્રક્રિયા છે, જે લોકોને એ સૂચનાઓનું આદાન-પ્રદાન કરવામાં મદદ કરે છે, જે સંઘર્ષો અને મતભેદોને શાંતિપૂર્વક રીતે ઉકેલવા માટે જરૂરી છે. પોતાના એનવીસી મૉડલમાં રોજેનબર્ગ ઈચ્છાઓ અને જરૂરિયાતોની વચ્ચેના ફરકને એક વ્યવહારિક અને ટકાઉ રૂપ આપે છે.

રોજેનબર્ગના મૉડલમાં ઈચ્છાઓ ઉપરછલ્લો અનુરોધ છે. તે એવા સામરિક પરિણામ છે, જે આપણે કોઈપણ સ્થિતિમાં પ્રાપ્ત કરવા ઈચ્છીએ છીએ. એક નિશ્ચિત તારીખ સુધી રિપોર્ટ પ્રાપ્ત કરવાથી માંડીને એ સમજવા સુધી કે કોઈ મીટિંગમાં તમારું સામેલ થવું જરૂરી છે કે નહીં – ઈચ્છા ગમે તે હોઈ શકે છે. આ કેટલીક એવી સૂચના છે, જે સામાન્ય રીતે આપણને 'આપ શું ઈચ્છો છો ?' પ્રશ્નની પ્રતિક્રિયા રૂપે મળે છે.

જ્યારે જરૂરિયાતો આના કરતાં ક્યાંય વધારે ગહન હોય છે. તેની ઓળખ કરવાથી તમને એ માનવીય પ્રેરણાઓ સામે લાવવા અને તેને સમજવામાં મદદ મળે છે, જે હંમેશા ઈચ્છાઓને સક્રિય કરે છે. અર્થશાસ્ત્રી મૈનફ્રેડ મૈક્સ-નીફના કામથી પ્રેરિત રોજેનબર્ગ કહે છે કે નવ એવી જરૂરિયાતો છે જે સર્વભૌમિક હોય છે.

સ્નેહ સર્જન મનોરંજન

સ્વતંત્રતા ઓળખ સમજ

ભાગીદારી સુરક્ષા જીવિકા

જ્યારે તમે કોઈને પૂછો છો કે 'તમે શું ઈચ્છો છો ?' તો સામેની વ્યક્તિના જવાબ પર જરા ધ્યાન આપો અને જુઓ કે શું તમે તેના વ્યક્તિગત અનુરોધ પાછળ છુપાયેલી સંભવિત જરૂરિયાતને ઓળખી શકો છો ? ઉદાહરણ માટે, જ્યારે કોઈ કહે છે કે 'હું ઈચ્છું છું કે તમે વાઈસ પ્રેસિડેંટ સાથે મારા વિશે વાત કરો,' તો બની શકે છે કે તેને સુરક્ષા (હું ખૂબ જુનિયર છું) અથવા પછી ભાગીદારી (મને આ પ્રોજેક્ટમાં તમારા યોગદાનની જરૂર છે) ની જરૂર હોય. આ જ રીતે જ્યારે કોઈ તમને કહે, 'આજે હું જલદી પાછી જવા ઈચ્છું છું.' તો કદાચ તેની જરૂરિયાત એ છે કે તમે તેની સ્થિતિને સમજો (તેની ઘરની સમસ્યાઓ વગેરે) અથવા પછી તેની જરૂરિયાત છે સર્જન (મારા માટે ફલાણા ક્લાસ કરવા જરૂરી છે). એ જ રીતે જ્યારે કોઈ કહે કે 'હું ઈચ્છું છું કે તમે એ રિપોર્ટને નવેસરથી તૈયાર કરો' તો બની શકે કે આની પાછળ એની જરૂરિયાત હોય, સ્વતંત્રતા (હું પોતે આ રિપોર્ટ તૈયાર કરવા નથી ઈચ્છતો) અથવા પછી ઓળખ (તમને ખબર હોવી જોઈએ કે અહીંનો બૉસ હું છું) અથવા પછી જીવિકા (મારી સફળતા આ વાત પર નિર્ભર છે કે તમે આ કામ સારી રીતે કરો.)

તમે જોઈ શકો છો કે સામેની વ્યક્તિની જરૂરિયાતને ઓળખવાથી તમને એ નક્કી કરવામાં મદદ મળે છે કે તમારે તેમની ઈચ્છા પર શું પ્રતિક્રિયા આપવાની છે. જો કે તેનું એક અન્ય પાસુ પણ

છે. જ્યારે તમે પોતાની કોઈ ઈચ્છા માટે પોતે કોઈને કોઈ વિનંતી કરો, તો જુઓ કે શું તમે પોતાના અનુરોધની પાછળ છુપાયેલી જરૂરિયાતને સ્પષ્ટ રીતે સમજી શકો છે.

એક પ્રશ્ન પૂછો. જવાબોનું આદાન-પ્રદાન કરો

મેં કાયદાનો અભ્યાસ કર્યો છે પણ હું એક સફળ વિદ્યાર્થી નહોતો. કાયદાના વર્ગોમાં જણાવવામાં આવેલી કોઈ વાત આજે કદાચ જ મને યાદ હોય. જ્યારે મારા એક પ્રોફેસરે મારા પર કેસ દાખલ કરી દીધો ત્યારે મારે મારો આ અભ્યાસ બંધ કરવો પડ્યો. આ ખૂબ લાંબી વાર્તા છે, તમને ફરી ક્યારેક સંભળાવીશ.

પણ એક વસ્તુ જે હજુ પણ મારા મનમાં અંકિત છે, તે એ કે કોઈપણ કાનૂની અનુબંધનો સાર વાસ્તવમાં બીજું કશું નથી બલકે મૂલ્યનું આદાન-પ્રદાન માત્ર છે. આ સિદ્ધાંતથી તમને પોતાના સહકર્મીઓની સાથે વધારે લચીલા અને વધારે લાભદાયક પારસ્પરિક સંબંધ બનાવવામાં મદદ મળશે.

ક્યારેક-ક્યારેક માત્ર પ્રશ્ન પૂછવો જ પૂરતું હોય છે. જ્યારે ક્યારેક-ક્યારેક એ પ્રશ્ન પર પોતાનો જવાબ વહેંચવો એ પ્રશ્નને વધારે પ્રભાવી બનાવી દે છે. 'તમે શું ઈચ્છો છો ?' એક બેહદ શક્તિશાળી પ્રશ્ન છે. તેની શક્તિ ત્યારે હજુ વધારે વધી જાય છે, જ્યારે તમે પોતાના સહકર્મીને પ્રશ્ન પૂછો છો એટલું જ નહીં પણ પોતે તેનો જવાબ પણ આપો છો. આ આપણને વયસ્કોની વચ્ચે થનારા સંવાદ પર પીટર બ્લૉક દ્વારા પ્રસ્તુત એ બિંદુ તરફ પાછા લઈ જાય છે, જેનો ઉલ્લેખ આ પ્રકરણની શરૂઆતમાં કરવામાં આવ્યો હતો. જ્યારે બંને પક્ષ આ સમજી જાય છે કે સામેની વ્યક્તિ શું ઈચ્છે છે, ત્યારે વાસ્તવમાં તેમની વચ્ચેનો સંવાદ રસપ્રદ અને સાર્થક થઈ જાય છે. તેનું એક કારણ છે, આંતરિક વ્યવહારનું તંત્રિકા વિજ્ઞાન.

આપણું નવું સીમાક્ષેત્ર – આંતરિક વ્યવહારનું તંત્રિકા વિજ્ઞાન

જ્યારે આપણે 21મી સદીના ચમત્કાર એટલે કે આપણા લેપટોપનો ઉપયોગ કરીને ગૂગલ અર્થ પર માત્ર એક ક્લિક કરીએ

છીએ ત્યારે જોઈએ છીએ કે વિશ્વમાં અજ્ઞાત ક્ષેત્રોની સંખ્યા ખૂબ જ ઓછી રહી ગઈ છે. આજે આપણે પોતાની ઈચ્છા પ્રમાણે કોઈપણ દેશનો પ્રવાસ કરી શકીએ છીએ. કેટલાક સાહસિક લોકો તો વિશ્વના બધા 195 દેશોની યાત્રા પણ કરી ચૂક્યા છે.

પરંતુ આજે પણ જ્ઞાનના એવા તમામ નવા સીમાક્ષેત્ર છે, જેને ખંખોળવાના બાકી છે. આમાંથી જ એક છે ન્યૂરો સાયન્સ અથવા તંત્રિકા વિજ્ઞાન (મસ્તિષ્કનો અભ્યાસ) જે ખૂબ જ રસપ્રદ છે. એફ-એમઆરઆઈ અને ઈસીજી મશીનો જેવી અત્યાધુનિક ટેકનોલોજી અને રચનાત્મક પ્રયોગોનો ઉપયોગ કરતા હવે આપણે એ જોઈ રહ્યા છીએ કે નેતૃત્વ કરવાની કલાનો આધાર વિજ્ઞાનમાં છુપાયેલો છે. હવે આપણે એ જોઈ શકીએ છીએ કે આપણે જે લોકોને પ્રભાવિત કરીએ છીએ અથવા જેમનું પ્રબંધન કરીએ છીએ, તેમની સાથે આંતરિક વ્યવહાર કરવાના આપણા પ્રયત્નમાં શું કારગર છે અને શું નહીં.

હવે આપણે આ પુસ્તકના કેન્દ્ર એટલે કે પાયાના પ્રશ્ન પર પહોંચી ચૂક્યા છીએ. તેથી તમારી કોચિંગની આદત અને તમારા મસ્તિષ્કની વચ્ચેના સંબંધ પર પ્રકાશ પાડવાનો આ સૌથી ઉપયુક્ત સમય છે અને એ માટે આપણે આંતરિક વ્યવહારના તંત્રિકા વિજ્ઞાન પર ધ્યાન આપીશું.

એક સેકન્ડમાં પાંચ વાર

તંત્રિકા વિજ્ઞાની ઈવાંસ ગાર્ડન અનુસાર, 'રિસ્ક-એન્ડ-રિવોર્ડ રિસ્પોન્સ (જોખમ અને પુરસ્કાર પ્રતિક્રિયા) જ મસ્તિષ્કનો મૌલિક એકીકૃત સિદ્ધાંત છે.'

તમારું મસ્તિષ્ક અચેતન સ્તર પર તમારી આસપાસના વાતાવરણને એક સેકન્ડમાં પાંચ વખત સ્કેન કરે છે અને પોતાને પૂછે છે – આ વાતાવરણ મારા માટે સુરક્ષિત છે કે જોખમી છે ?

મસ્તિષ્કને ચોક્કસપણે જ સુરક્ષિત વાતાવરણ પસંદ હોય છે. જ્યારે તે સુરક્ષિતતાનો ભાવ અનુભવે છે, તો પોતાના સૌથી પરિષ્કૃત સ્તર પર કામ કરે છે. ત્યારે તમે વધારે બારીકાઈથી સમજી-વિચારી શકો છો, અસ્પષ્ટ બાબતો અને સ્થિતિઓને સારી રીતે જોઈ શકો છો અને તેનું શ્રેષ્ઠ પ્રબંધન કરી શકો છો. આ સ્થિતિમાં તમે એમ માની લો છો કે તમારી આસપાસના લોકોના ઈરાદા સારા છે. સાથે જ તમે કલેક્ટિવ વિઝડમ (સામૂહિક વિવેક) સુધી પણ પહોંચી શકો છો. આ રીતે તમે કર્મ કરતા આગળ વધતા હો છો.

પરંતુ જ્યારે તમારા મસ્તિષ્કને જોખમનો આભાસ થાય છે, ત્યારે તેની પ્રતિક્રિયા બિલકુલ અલગ હોય છે. આ સ્થિતિમાં તે ફાઈટ-ઓર-ફ્લાઈટ રિસ્પોન્સ (સ્પર્ધા કરો અથવા ભાગો પ્રતિક્રિયા) આપે છે, જેને કેટલાક લોકો 'એમિગ્ડલા હાઈજેક' પણ કહે છે. આ સ્થિતિમાં તમારું મગજ બાબતોને માત્ર સારી કે ખરાબના રૂપમાં જ જોઈ શકે છે અને તમારી ધારણા આ હોય છે, 'તે' તમારી વિરુદ્ધ છે, તમારી સાથે નહીં. આ સ્થિતિમાં તમે તમારા ચેતન મનનો ઉપયોગ કરવામાં પૂર્ણપણે સક્ષમ રહેતા નથી અને લાક્ષણિક રીતે (કદાચ વાસ્તવમાં પણ) પાછા પડતા હો છો.

જ્યારે આ એક સંતુલિત નિર્ણય નથી હોતો. ક્રમિક વિકાસવાદી કારણોને લીધે આપણે ક્ષણિક રીતે પૂર્વગ્રહથી ગ્રસ્ત થઈને એ ધારણા બાંધી લઈએ છીએ કે સ્થિતિઓ જોખમી છે. ભલે આપણું આ આકલન સાચું ન હોય. જો કે માનવ જાતિના ક્રમિક વિકાસ દરમિયાન પોતાનું અસ્તિત્વ બચાવવાની સૌથી સફળ રણનીતિ એ જ રહી છે કે 'પાછળથી પસ્તવા કરતાં સારું એ છે કે અત્યારથી જ બચાવ કરવામાં આવે.'

બીજા શબ્દોમાં કહીએ, તો જો તમે કોઈ સ્થિતિ અંગે નિશ્ચિત નથી તો તે અંગે તમારું તાત્કાલિક આકલન એ જ હશે કે તે સ્થિતિ તમારા માટે સુરક્ષિત નથી અને પાછા પડવું જ શ્રેષ્ઠ હશે.

અલંકારિક પ્રશ્ન ક્યારે પૂર્ણ થશે ?

-જ્યોર્જ કાર્લિન

થોભો, પાછા જાઓ !

એક વ્યસ્ત અને મહત્ત્વાકાંક્ષી મેનેજર હોવાને નાતે તમારી સામે ઘણા પડકારો આવે છે. તમારે જેની સાથે કામકાજ અને સંવાદ કરવાના હોય છે – જેમ કે તમારી ટીમ, તમારા બૉસ, તમારા ગ્રાહક, તમારા સપ્લાયર – તમે ઈચ્છો છો કે તે તમારી સાથે આંતરિક વ્યવહારમાં સંલગ્ન થાય, પાછા ન પડે. સાથે જ તમને એ વાતની પણ અનુભૂતિ હોય છે કે તમે પોતે પણ સુરક્ષિતતાનો ભાવ અનુભવવા ઈચ્છો છો જેથી તમે ફાઈટ-ઓર-ફ્લાઈટ (સ્પર્ધા કરો અથવા ભાગો) મોડમાં રહેવાને બદલે એ અવસ્થામાં રહી શકો, જ્યાં તમે સૌથી જોરદાર પ્રદર્શન કરી શકો.

તો તમે પોતાના અને બીજાના મસ્તિષ્કને આમ કઈ રીતે પ્રભાવિત કરી શકો છો કે તે પોતાની સાથે રહેલી સ્થિતિઓને જોખમભરી સ્થિતિઓને બદલે લાભદાયક સ્થિતિઓના રૂપમાં જોઈ શકે ?

તમારું મસ્તિષ્ક કોઈ સ્થિતિને કેવી રીતે જોશે, તેને પ્રભાવિત કરનારી ચાર પ્રાથમિક પ્રેરણાઓ હોય છે. જ્યારે તમારું ધ્યાન આ પ્રેરણાઓ પર કેન્દ્રિત હોય છે, તો વાસ્તવમાં તમે એ વિચાર કરતા હો છો કે તમે એ વાતાવરણને કેવી રીતે પ્રભાવિત કરી શકો છો, જે આંતરિક વ્યવહારને સક્રિય કરે છે.

- સાથી સમૂહ – મસ્તિષ્ક પૂછે છે, 'તું મારી સાથે છે કે મારી વિરુદ્ધ ?' જો તેને લાગે છે કે તમે તેની સાથે છો, તો તેની આ પ્રેરણાઓ વધી જાય છે. પણ જો તે તમને વિરોધીના રૂપમાં જુએ છે તો આ પ્રેરણાઓ ઓછી થઈ જાય છે.

- અપેક્ષા – મસ્તિષ્ક સમજવાનો પ્રયત્ન કરે છે, 'મને મારું ભવિષ્ય ખબર છે કે નહીં ?' જો આ સ્પષ્ટ છે કે આગળ શું થવાનું છે, તો તે સુરક્ષિતતાનો અનુભવ કરે છે. પણ જો આ સ્પષ્ટ નથી, તો તે અસુરક્ષિતતાનો ભાવ અનુભવે છે.

- હોદ્દો – આ એક સાપેક્ષ બાબત છે અને તે તમારા ઔપચારિક પદ પર નિર્ભર નથી હોતી બલકે એ વાત પર નિર્ભર હોય છે કે એ ક્ષણે શક્તિનું સંતુલન તમારા પક્ષમાં છે કે નહીં. મસ્તિષ્ક પ્રશ્ન પૂછે છે, 'તું મારાથી વધારે મહત્ત્વનું છે કે મારાથી ઓછું મહત્ત્વનું છે ?' અને જો તમે તેની લાયકાતને નબળી કરી રહ્યા છો, તો તે ઓછું સુરક્ષિતપણું અનુભવશે.

- સ્વાયત્તતા – ડૈન પિંક એ પોતાના ઉત્તમ પુસ્તક 'ડ્રાઈવ'માં તેનું મહત્ત્વ જણાવ્યું છે. જ્યારે મસ્તિષ્ક આ આકલન કરે છે કે કોઈ સ્થિતિમાં તમારી પાસે કેટલી સ્વાયત્તતા છે, તો તે આ પ્રશ્ન પૂછે છે, 'અહીં મારી સલાહ મહત્ત્વની છે કે નહીં ?' જો તમને લાગે છે કે તમારી પાસે પોતાનો વિકલ્પ પસંદ કરવાની સ્વાયત્તતા છે, તો તેનો અર્થ એ છે કે આ સ્થિતિ કે વાતાવરણ લાભદાયક છે એટલે કે એમાં આંતરિક વ્યવહારમાં સંલગ્ન થઈ શકાય છે. પણ જો તમને લાગે છે કે તમારી પાસે પોતાનો વિકલ્પ પસંદ કરવાની વધારે સ્વાયત્તતા નથી, તો તેનો અર્થ છે કે આ તમારા માટે વધારે સુરક્ષિત સ્થિતિ નથી.

જ્યારે પણ શક્ય હોય, આ પ્રેરણાઓને વધારો. આમ કરવું તમારી જવાબદારી છે. આ તમારા માટે પણ સારું હશે અને એ વ્યક્તિ માટે પણ, જેની સાથે તમે વાતચીત કરી રહ્યા છો. આ માટે સામાન્ય રીતે તમારે પ્રશ્ન પૂછવા પડશે અને વિશેષ કરીને આ પ્રશ્ન પૂછવો પડશે કે 'તમે શું ઈચ્છો છો ?'

આ સાથી-સમૂહની ભાવનાને વધારે છે. એટલે કે આ રીતે તમે આદેશ આપનારના અંદાજમાં કોઈએ શું કરવું જોઈએ એ જણાવવાને બદલે, પડકારનો સામનો કરવામાં તેની મદદ કરો છો. અને આમ

કરીને તમે માત્ર તેની સ્વાયત્તતાની ભાવનાને જ નહીં બલકે તેના હોદ્દાને પણ વધારી દો છો – તમે માનીને ચાલી રહ્યા છો કે તે ઉકેલ લઈને આવશે અને તેના માટે તમે તેને પ્રોત્સાહિત પણ કરો છો. કારણ કે આ રીતે તમે તેને સૌથી પહેલા અન પોતાના બળે આગળ વધવાનો અધિકાર આપી દો છો. આ પ્રશ્ન કે 'તમે શું ઈચ્છો છો ?' હોદ્દા તથા સ્વાયત્તતા જેવી પ્રેરણાઓને દૃઢતાથી પ્રભાવિત કરે છે. બની શકે છે કે અપેક્ષા, જે પછીનો કારક છે, થોડું નિરાશાજનક હોય (એક પ્રશ્નમાં, જવાબની સરખામણીએ વધારે અસ્પષ્ટતા હોય છે) પરંતુ કોઈ વાંધો નહીં. તમારું લક્ષ્ય છે આ પ્રેરણાઓને સમગ્ર રીતે વધારવી અને પ્રશ્ન પૂછીને તમે એ જ કરતા હો છો.

<u>પોતાની નવી આદત અહીં નિર્મિત કરો</u>

જ્યારે આવું થાય....

એ ક્ષણોને, લોકોને અને કદાચ એ ભાવનાઓને પણ કાગળ પર લખવી, જે તમારું ટ્રિગર છે.

આ આદતનું ટ્રિગર છે તે સ્થિતિ, જ્યારે તમે કે સામેની વ્યક્તિ અથવા પછી તમારા બંનેની વચ્ચે થઈ રહેલી વાતચીત ક્યાંક અટકેલી લાગે. બની શકે છે કે તમે પોતાના વિકલ્પો પર વિચાર કરી રહ્યા હો, પણ તેમાંથી કોઈપણ વિકલ્પ તમને યોગ્ય, રસપ્રદ કે આકર્ષક ન લાગતો હોય. અથવા પછી તે સ્થિતિ પણ આ આદતનું ટ્રિગર બની શકે છે, જ્યારે સામેની વ્યક્તિ (અથવા પછી તમે પોતે) જરૂરી પગલાં ભરવાનું ટાળતા હો અને તમને એનું કારણ સમજાતું ન હોય. અથવા પછી ત્યારે, જ્યારે કોઈને – જેમ કે તમારી ટીમનો કોઈ સભ્ય, તમારા બોસ, કોઈ ગ્રાહક કે વેંડર – તમારી વાતચીત ખોટી દિશામાં ચાલી ગઈ હોય. બની શકે છે કે તમે લોકો વિષયથી દૂર થઈ ગયા હો અને અસલી મુદ્દા પર વાતચીત શરૂ થઈ જ ન શકી હોય અને તમે વિચારી રહ્યા હો કે આખરે તેને પાટ્ પર કેવી રીતે લાવવામાં આવે.

તો આ કરવાને બદલે....

પોતાની એ જૂની આદતને સ્પષ્ટતાની સાથે કાગળ પર લખવી, જેને તમે છોડવા ઈચ્છો છો.

જૂની આદતની મુશ્કેલી એ છે કે તમને લાગે છે કે સામેની વ્યક્તિ શું ઈચ્છે છે, તે તમે જાણો છો. અને ક્યારેક-ક્યારેક તેમને લાગે છે કે તે જાણે છે કે તે શું ઈચ્છે છે. તો જ્યારે તમે આ વાત અંગે એકદમ નિશ્ચિંત હો કે તમને જાણ છે કે સામેની વ્યક્તિ શું ઈચ્છે છે, પણ અત્યાર સુધી તમે તેમને એ વિશે પૂછ્યું ન હોય તો સમજી જાઓ કે તમે એકવાર ફરી પોતાની જૂની આદતની જાળમાં ફસાઈ રહ્યા છો. એ જ રીતે જ્યારે તમને લાગે કે કશું તો છે, જે છૂટી ગયું છે, છતાં પણ તમે સામેની વ્યક્તિને સાથે વાતચીત ચાલુ રાખો છો તો સમજી જાઓ કે જૂની આદતે એકવાર ફરી તમને પોતાના ફંદામાં લઈ લીધા છે. એ જ રીતે જ્યારે તમે પોતાના વિચાર, પોતાની સલાહ કે પોતાની કાર્યશૈલી થોપવાનો પ્રયત્ન કરો અથવા જ્યારે તમે ક્યાંક અટકી ગયા હો, પણ ત્યાંથી નીકળવા માટે જરૂરી પગલાં ન ભરતા હો અને તમને એ પણ જાણ ન હોય કે તમે તે ટાળંટાળી શા માટે કરી રહ્યા છો, તો તેનો અર્થ છે કે જૂની આદતે એકવાર ફરીથી તમને ઘેરી લીધા છે.

હું આ કરીશ...

પોતાની નવી આદતનું વર્ણન કરવું.

આ ખૂબ સહેલું છે. બોનસ અંક મેળવવા માટે સામેની વ્યક્તિને પૂછો, 'તમે શું ઈચ્છો છો ?' અને સાથે જ તેને એ પણ જણાવી દો કે તમે પોતે શું ઈચ્છો છો.

બોક્સ ઑફ કેયોન્સ લેબ તરફથી

જ્યારે અમે અમારી સંશોધક લિંડસેને 'તમે શું ઈચ્છો છો ?' પ્રશ્નની પાછળ સક્રિય વિજ્ઞાનના ઊંડાણમાં જવાનું કહ્યું તો તે મને સાઈકોથેરેપી (મનોચિકિત્સા) ના વિશ્વમાં લઈ ગયા. જ્યારે હું જરા ખચકાઈ રહ્યો હતો. ચોક્કસપણે જ થેરેપી પોતાના ઘણા રૂપોમાં અસામાન્ય રીતે પ્રભાવી થઈ શકે છે, પરંતુ મેનેજરોના સંગઠનાત્મક

જીવનમાં એક ટૂલ તરીકે સામાન્ય રીતે થેરેપીને કોઈ સ્થાન નથી હોતું.

જો કે થેરેપીનું એક દર્શન – જેને 'ઉકેલ આધારિત થેરેપી' કહે છે – થી ઘણી અંતદૃષ્ટિઓ પ્રાપ્ત કરી શકાય છે. એમાં પણ એક સામાન્ય પ્રશ્ન હોય છે જેને ચમત્કારી પ્રશ્ન કહી શકાય છે. જો કે આ ઘણા પ્રકારનો હોય છે પરંતુ આખરે બધા પ્રકારોનો સાર માત્ર આ જ છે, માની લો કે આજે રાત્રે જ્યારે તમે સૂઈ રહ્યા હો, ત્યારે એક ચમત્કાર થઈ જાય. પછી જ્યારે તમે કાલે સવારે ઉઠશો, તો એ કેવી રીતે જાણશો કે બધી બાબતો અચાનક શ્રેષ્ઠ કેવી રીતે થઈ ગઈ ?'

'ચમત્કારી પ્રશ્ન' લોકોને વધારે સાહસપૂર્વક રીતે એ કલ્પના કરવામાં મદદ કરે છે કે શ્રેષ્ઠ (અને ખૂબ શ્રેષ્ઠ) કેવું દેખાતું હશે. અહીં શ્રેષ્ઠનો અર્થ છે દસ ગણું શ્રેષ્ઠ, માત્ર દસ ટકા શ્રેષ્ઠ નહીં. પરંતુ મને લાગે છે કે આ પ્રશ્નની અસલી વિશેષતા છે, પરિણામ પ્રાપ્ત કરવાની રીત પહેલા, પરિણામ પર ધ્યાન કેન્દ્રિત કરવું. બીજા શબ્દોમાં કહીએ તો, તમારે પોતાની શરૂઆત, અંતિમ પરિણામને ધ્યાનમાં રાખીને કરવાની છે, એમ વિચારીને (જેમ હંમેશા થતું હોય છે) તરત નિરાશ થઈને નહીં કે પછીનું પગલું કેવી રીતે ભરીશું અને તેનું પરિણામ શું આવશે.

પાયાનો એટલેકે બુનિયાદી પ્રશ્ન – 'તમે શું ઈચ્છો છો ?' એક સીધો અને સ્પષ્ટ પ્રશ્ન છે. પણ તેનો પ્રભાવ પણ એ જ છે – લોકોને પરિણામ તરફ લાવવા. અને એકવાર જ્યારે તમને પોતાની મંઝિલ દેખાઈ જાય છે, તો માર્ગ હંમેશા પહેલા કરતાં વધારે સ્પષ્ટ અને પ્રવાસ ક્યાંય વધારે સહેલો થઈ જાય છે.

પ્રશ્નનો માસ્ટરક્લાસ ભાગ 5

મૌનની સાથે સહજ થઈ જાઓ

જ્યારે તમે કોઈને સાત મુખ્ય પ્રશ્નોમાંથી કોઈ એક પ્રશ્ન પૂછો છો તો ક્યારેક-ક્યારેક જવાબ તરીકે તમને માત્ર ચૂપકીદી – મૌન મળે છે.

આવી અંતહીન ચૂપકીદી, જેની ગૂંજ સ્પષ્ટ સંભળાય છે.

અને અહીં 'અંતહીન' શબ્દનો મારા કહેવાનો અર્થ છે. ત્રણ-ચાર સેકન્ડ લાંબી ચૂપકીદી.

આ ક્ષણો દરમિયાન, જ્યારે બધું જ જાણીતા હોલીવુડ ફિલ્મ મેટ્રિક્સના 'બુલેટ ટાઈમ' ની જેમ ધીમું થઈ જાય છે, તો તમારું રોમ-રોમ આ શૂન્યને ભરવા માટે હવાતિયાં મારવા માંડે છે.

પોતાના આ અસ્તિત્વવાદી ગુસ્સાને બાજુએ મૂકી દો.

મૌન હંમેશા સફળતાનો માપદંડ હોય છે.

બની શકે છે કે તમે જે વ્યક્તિને કોચ કરી રહ્યા છો, તે એ પ્રકારની વ્યક્તિ હોય, જેને કોઈ પ્રશ્નનો જવાબ આપતા પહેલા તેને પોતાના મનમાં તૈયાર કરવામાં કેટલીક સેકન્ડનો સમય લાગતો હોય. જો એવું છે, તો તેને એ સમય આપો.

અથવા પછી બની શકે કે મારી જેમ જ તે પણ એવી વ્યક્તિ હોય, જે સામાન્ય રીતે આ જાણ્યા વિના જ જવાબ આપવાનું શરૂ કરી દે છે કે તે શું બોલવાની છે.

જે પણ હોય, આ ચૂપકીદીનો અર્થ એ છે કે તે વિચાર કરી રહ્યો છે અને પ્રશ્નનો જવાબ શોધી રહ્યો છે. આ રીતે તે નવા ન્યૂરલ પાથવે (તંત્રિકા પથ) બનાવી રહ્યો હોય છે અને પોતાની ક્ષમતા તથા સંભાવનાઓ વધારી રહ્યો હોય છે.

તો પોતાનું મોં બંધ રાખો અને એ મૌનને ભરવાનો પ્રયત્ન ન કરો. હું જાણું છું કે આ તમારા માટે થોડું મુશ્કેલ હશે પરંતુ હું એ પણ જાણું છું કે આનાથી શીખવા અને અંતદૃષ્ટિઓ માટે સ્થાન બને છે.

આ રહી તમારી નવી આદત

જ્યારે આવું થાય....

જ્યારે હું કોઈ પ્રશ્ન પૂછું અને સામેની વ્યક્તિ બે સેકન્ડની અંદર તેનો જવાબ ન આપી શકે...

તો આમ કરવાને બદલે....

એ જ પ્રશ્નને નવી રીતે પૂછીને અથવા કોઈ નવો પ્રશ્ન પૂછીને અથવા કોઈ સલાહ આપીને અથવા પછી અર્થહીન શબ્દો દ્વારા એ શૂન્યને ભરવું....

હું આ કરીશ....

એક ઊંડો શ્વાસ લઈશ, પોતાનો દૃષ્ટિકોણ ખુલ્લો રાખીશ અને પછીની ત્રણ સેકન્ડ સુધી ચૂપ રહીશ.

આળસુ પ્રશ્ન

આમાં તમે એ પ્રશ્ન વિશે જાણશો, જે તમને વધારે મહેનત કર્યા વિના જ એ લોકો માટે હજુ વધારે ઉપયોગી બનાવી દેશે, જેનું વ્યવસ્થાપન તમે કરો છો અને તમને લાગશે કે આળસુ હોવું પણ સારી વાત છે.

ઓહ, તમે કેટલા.....'મદદરૂપ છો'

તમે એક સારી વ્યક્તિ છો અને તમે પૂરો પ્રયત્ન કરો છો કે તમારા સંપર્કમાં આવનારા બધા લોકો સારી રીતે વિકસે. તમે તમારું યોગદાન આપવા ઈચ્છો છો અને તેમના માટે વધારે ઉપયોગી બનવા ઈચ્છો છો. પણ એક હોય છે મદદરૂપ થવું અને બીજું હોય છે 'જરૂર કરતાં વધારે મદદરૂપ થવું' એટલે કે અચાનક વચ્ચે આવીને બધું નિયંત્રણ પોતાના હાથમાં લઈ લેવું. પોતાની ટીમ અથવા સહકર્મચારીઓની સાથે તમે હંમેશા જ આવું કરી બેસો છો. પછી દરેક – તમને, એ વ્યક્તિને જેની તમે 'મદદ' કરી રહ્યા છો અને તમારા સંગઠનને – તમારી મદદની કિંમત ચૂકવવી પડે છે. તમારા સારા હેતુના ચક્કરમાં લોકો થાક, નિરાશા, ખીજ અને પોતાનો ઘટતો પ્રભાવ (જે પોતાનામાં એક વિડંબના છે) ના અંતહીન ક્રમમાં ગૂંચવાઈ જાય છે.

એડગર શેહેન એ પોતાના ઉત્તમ પુસ્તક હેલ્પિંગમાં મદદ કરવાના વિરોધાભાસનો ઉકેલ સૂચવ્યો છે. તેના મૂળમાં એ અંતદૃષ્ટિ છે કે જ્યારે તમે કોઈને મદદ માટે હાથ લંબાવો છો ત્યારે વાસ્તવમાં

તમે પોતાનું જ હિત સાધતા હો છો, કારણ કે આ રીતે તમે પોતાની લાયકાત વધારી સામેની વ્યક્તિની લાયકાત ઘટાડી દો છે, ભલે આવું કરવાનો તમારો કોઈ ઈરાદો ન હોય. હું જાણું છું કે આ વિચાર જરા વિચિત્ર જેવો છે કારણ કે સામાન્ય રીતે આપણે કોઈને મદદ કરવાનો વિચાર એટલા માટે કરીએ છીએ કારણ કે તે વ્યક્તિ આપણા માટે મહત્ત્વની છે. પણ જો તમે પોતાને એ વ્યક્તિની જગ્યાએ મૂકીને જોશો, જેને મદદ કરવા તમે તૈયાર થયા છો, તો આ અંતર્દૃષ્ટિ તમને સાચી જણાશે. જો તમે પોતાના જીવનના કોઈ આવા પ્રસંગ વિશે વિચાર કરશો, જ્યારે તમને 'મદદ' આપવામાં આવી રહી હતી, ત્યારે તમને યાદ આવશે કે ત્યારે તમે અક્ષમતા, ધૂંધવાવું, પ્રતિરોધ અને હતાશા જેવી ભાવનાઓ સતત અનુભવતા હતા.

તો પોતાની પદ્ધતિઓને સંયમિત બનાવવા માટે તમે શું કરી શકો છો જેથી તમારી મદદ લોકો માટે ખરેખર મદદરૂપ થાય ? આ માટે તમારું પહેલું પગલું હોવું જોઈએ, એક ત્રિકોણને સમજવો.

સાત (નવી) લાગણીઓ અને કાર્પમેનનો નાટકીય ત્રિકોણ

આંતરિક સંવાદ સંબંધિત વિશ્લેષણ એક એવું ઉપચારાત્મક મોડલ છે, જેને આપણે 'પેરન્ટ-ચાઈલ્ડ' અને 'એડલ્ટ-એડલ્ટ' જેવા લેબલ આપ્યા છે પણ હવે તે મોડલ ઘણા અંશે ચલણમાં રહ્યું નથી. આ ખરેખર આશ્ચર્ય પેદા કરે છે, પરંતુ તેને સીધું સંગઠનો પર લાગુ કરવું લગભગ અશક્ય છે. આમાં ઔપચારિક થેરેપીની જરૂર કરતાં વધારે વાતો સામેલ છે. પરંતુ અમેરિકી મનોચિકિત્સક સ્ટીફેન કાર્પમેન એ આ મોડલની વ્યવહારિક વિવેચના કરતા 'નાટકીય ત્રિકોણ' વિકસિત કર્યો, જે આને હજુ વધારે વ્યવહારિક અને ઉપયોગી બનાવવાની એક કારગર રીત છે.

નાટકીય ત્રિકોણ એ માન્યતાની સાથે શરૂ થાય છે કે આપણે જે લોકોની સાથે આંતરિક વ્યવહાર અને વાતચીત કરીએ છીએ, તેમાંથી મોટાભાગનાની સામે ક્યારેક-ક્યારેક આપણું તે સંસ્કરણ આવી જાય છે, જેને આપણું સર્વશ્રેષ્ઠ સંસ્કરણ કહી શકાય નહીં. જો તમે

ક્યારેય પોતાને સાત ભ્રષ્ટ થયેલી લાગણી (ઉદાસ, દુઃખી, ચિડિયું, અતિભાવુક, ઢીડ, ચીસો પાડનારું અને શહાદતનો ઢોંગ કરનારું) જેવો વ્યવહાર કરતા જોયા હોય, તો તમે સમજી ગયા હશો કે હું શું કહેવા ઈચ્છી રહ્યો છું. આ વિશે તમારી સમજ જેટલી વધારે હશે, એટલું જ તમારા માટે સારું રહેશે.

કાર્પમેન કહે છે કે જ્યારે આવું થાય છે, ત્યારે આપણે વાસ્તવમાં ત્રણ આર્કટાઈપલ (આદિરૂપી કે આદર્શ) ભૂમિકાઓ – પીડિત, અત્યાચારી, રક્ષકમાંથી કોઈ એક ભૂમિકા નિભાવતા હોઈએ છીએ. અને આ ત્રણેય ભૂમિકાઓ સમાન રીતે ભ્રષ્ટ અને અનુપયોગી હોય છે. આગળ જ્યારે તમે આ ત્રણે ભૂમિકાઓનું વિવરણ વાંચશો, તો બે બાબતો કરજો - કોઈ એવી વ્યક્તિ વિશે વિચારજો, જે ત્રણેય ભૂમિકાઓમાં માહેર હોય અને એવી સ્થિતિઓ વિશે વિચારજો, જેમાં તમે મોટાભાગે આ ત્રણેય ભૂમિકાઓ ભજવતા હો.

પીડિત

મૂળ વિશ્વાસ – 'મારું જીવન ખૂબ મુશ્કેલ છે, મારું જીવન ખૂબ જ અન્યાયપૂર્ણ છે, ઉફ ! બિચારો હું !'

વિશિષ્ટતા – 'મારી કોઈ ભૂલ નથી (બીજાની ભૂલ છે).'

ભૂમિકા ભજવવાનો ફાયદો – તમારી ઉપર કોઈ સુધારો કરવાની કે કોઈ શ્રેષ્ઠતા લાવવાની જવાબદારી નથી હોતી, તમને ફરિયાદ કરવાની તક મળે છે. તમે રક્ષકોને આકર્ષિત કરો છો.

ભૂમિકા ભજવવાની કિંમત – તમે પોતાને કોઈ પરિવર્તન લાવવામાં સક્ષમ નથી માનતા – દરેક પરિવર્તન તમારી ક્ષમતાની બહાર હોય છે. તમે અપ્રભાવી થવા માટે જાણીતા છો. અને હંમેશા ફરિયાદ કરનારી વ્યક્તિ કોઈને ગમતી નથી.

અટકાવ – 'હું પોતાને ફસાયેલો અનુભવું છું કારણ કે હું અશક્ત છું, મારા નિયંત્રણમાં કશું જ નથી. હું પોતાને નકામો અનુભવું છું.'

અત્યાચારી

મૂળ વિશ્વાસ – હું મૂર્ખા, બેવકૂફો અને એવા લોકોથી ઘેરાયેલો છું, જે દરેક બાબતમાં મારાથી ઉતરતા છે.

વિશિષ્ટતા – 'મારી કોઈ ભૂલ નથી (તમારી ભૂલ છે).'

ભૂમિકા ભજવવાનો ફાયદો – તમે પોતાને શ્રેષ્ઠ અનુભવો છો. તમને લાગે છે કે તમે સશક્ત છો અને બધી બાબતો તમારા નિયંત્રણમાં છે.

ભૂમિકા ભજવવાની કિંમત – દરેક વસ્તુ માટે તમને જ જવાબદાર ઠરાવવામાં આવે છે. તમે પીડિતોનું નિર્માણ કરો છો. તમને એક માઈક્રોમેનેજર તરીકે ઓળખવામાં આવે છે. લોકો તમારા માટે માત્ર ન્યૂનતમ કાર્ય કરે છે, તેનાથી જરા પણ વધારે નહીં. અને બીજાને હંમેશા હેરાન કરનારી વ્યક્તિ કોઈને પસંદ નથી હોતી.

અટકાવ – 'હું પોતાને ફસાયેલો અનુભવું છું કારણ કે મને કોઈના પર ભરોસો નથી. હું એકલતા અનુભવું છું.'

રક્ષક

મૂળ વિશ્વાસ – 'તમે સ્પર્ધા ન કરો, ચિંતા ન કરો. હું આવીને બધું જ બરાબર કરી દઈશ.'

વિશિષ્ટતા – 'આ મારી ભૂલ/જવાબદારી છે. (તમારી નહીં).'

ભૂમિકા ભજવવાનો ફાયદો – તમે નૈતિક રીતે શ્રેષ્ઠ અનુભવો છો. તમને લાગે છે કે તમારી ઉપસ્થિતિ અનિવાર્ય છે.

ભૂમિકા ભજવવાની કિંમત – લોકો તમારી મદદને નકારે છે. તમે પીડિતોનું નિર્માણ કરો છો અને નાટકીય ત્રિકોણને જાળવી રાખો છો અને અચાનક વચ્ચે આવીને હસ્તક્ષેપ કરનારી વ્યક્તિ કોઈને ગમતી નથી.

અટકાવ – 'હું પોતાને ફસાયેલો અનુભવું છું કારણ કે મારું રક્ષક બનવું કારગર નથી થઈ રહ્યું. મને જાણે આ મારા પર એક બોજ

છે એવો અનુભવ થાય છે.'

આ ત્રણેય લેબલ તમારી ઓળખ નથી અને આ તમે કોણ છો એ વાતનું વિવરણ પણ નથી. આ તો બસ કોઈ પરિસ્થિતિમાં તમારા દ્વારા કરવામાં આવતા વ્યવહારનું વિવરણ છે. કોઈપણ વ્યક્તિ અંતર્નિહિત રૂપથી એક પીડિત, અત્યાચારી કે રક્ષક નથી હોતી. આ બસ ભૂમિકાઓ છે અને જ્યારે આપણે ટ્રિગર થઈ જઈએ છીએ ત્યારે જાણ્યે-અજાણ્યે આ ભૂમિકાઓને ભજવવા લાગીએ છીએ. આ અવસ્થામાં આપણો સામનો પોતાના એ સંસ્કરણ સાથે થાય છે, જે વધારે પ્રભાવી નથી.

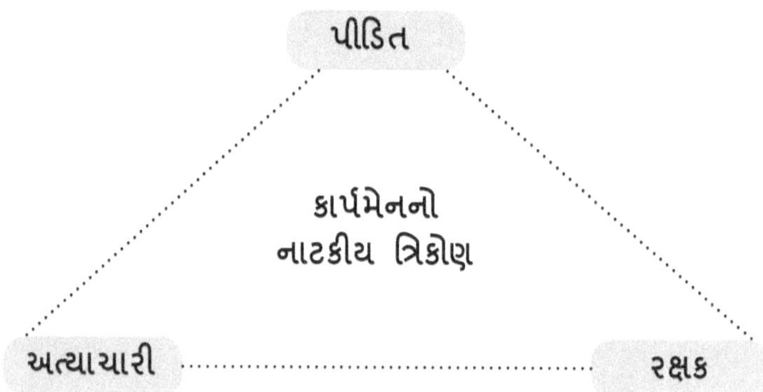

'આ વિશ્વ એક રંગમંચ છે.....'

આપણે બધા હંમેશા આ ભૂમિકાઓ ભજવતા રહીએ છીએ. હંમેશા કોઈની સાથે એક જ સંવાદ દરમિયાન આ ત્રણેય ભૂમિકાઓ નિભાવી લઈએ છીએ. પહેલા પીડિત, પછી રક્ષક, પછી અત્યાચારી અને એકવાર ફરી પીડિત. જ્યાં સુધી આ સંવાદ ચાલે છે. આ ક્રમ પણ ચાલતો રહે છે. પોતાની આ વાતને વધારે સ્પષ્ટ રીતે સમજાવવા માટે હું આગળ ઉદાહરણ સ્વરૂપ એક ગ્રાહકની સાથે મારો સંવાદ પ્રસ્તુત કરી રહ્યો છું, જે મારા એક ભાષણ પછી થયો હતો.

હું (ચીસો પાડતો-પોકાર મચાવતો) – આ ઓરડાનું આખું સેટઅપ બિલકુલ ખોટું છે. મેં પહેલા જ સ્પષ્ટ શબ્દોમાં જણાવ્યું હતું કે મારે બધું કેવું જોઈએ છે, શું એક ઓરડો સેટઅપ કરવો આટલું મુશ્કેલ કામ છે ? અને આ ડોનટ્સ કોણ લઈને આવ્યું છે ? લોકોને ડોનટ્સ ખવડાવવાનું બંધ કરો. યાદ રાખો, પછીની 15 મિનિટમાં સત્ર શરૂ થવાનું છે ! (અત્યાચારી)

ગ્રાહક (ફરિયાદ કરતા) – મેં સેટઅપની પૂરી જાણકારી સંચાલકોને મોકલી દીધી હતી, પણ એ લોકો ક્યારેય કોઈ વાતનો જવાબ સહેલાઈથી આપતા નથી. મારે આ સંમેલનની બધી વ્યવસ્થા જાતે જ કરવી પડી અને તે પણ કોઈની મદદ વિના અને..... (પીડિત)

હું (નિરાશ થઈને બધું સહન કરતા) – જુઓ, ચિંતા ના કરશો. હું પોતે જ ઓરડાને નવેસરથી વ્યવસ્થિત કરી લઉં છું. ટેક સેટઅપ પણ કરી લઉં છું. પછી બધાને ઈંડા રાંધીને ખવડાવીશ. (રક્ષક)

ગ્રાહક (હતાશ થઈને) – તમારા જેવા ચીડિયા વક્તાઓની આ જ મુશ્કેલી છે, અમે પહેલેથી જ તમને જરૂર કરતાં વધારે પૈસા આપી રહ્યા છે, છતાં પણ જો દરેક વસ્તુ બિલકુલ તમારા મન જેવી જ થવી જોઈએ નહીં તો તમે બસ ભડકી ઉઠશો.... (અત્યાચારી)

હું (ચીસો પાડતો-પોકાર મચાવતો) – હું બસ એ પ્રયત્ન કરી રહ્યો છું કે મારું સત્ર સારું રહે, આ નાનકડી વાત કોઈને સમજાતી નથી કે એક ઓરડાનું બરાબર સેટઅપ કરવું કેટલું મુશ્કેલ કામ છે અને પછી જો કોઈ પોતે પ્રયત્ન કરવા લાગે, તો દરેક વ્યક્તિ તેનાથી ચિડાઈ જશે. (પીડિત)

અને બસ, આ ક્રમ આ જ રીતે ચાલતો રહે છે.

આ સંવાદમાં હું અને મારો ગ્રાહક જે ગતિથી પોતાની ભૂમિકાઓ સતત બદલતા રહ્યા છીએ, તે કશું જ નથી. કારણ કે આવા આંતરિક

સંવાદોમાં લોકો આના કરતાં પણ વધારે ઝડપથી પોતાની ભૂમિકાઓ બદલે છે. હવે તમે પોતાની ટીમના એ સભ્ય વિશે વિચાર કરો, જે સૌથી વધારે ખિજાઉ પ્રવૃત્તિની હોય એટલે કે તે વ્યક્તિ જે બરાબર આ સમયે પણ કોઈ ને કોઈ રૂપમાં તમારા માટે ચિંતાનું કારણ બની રહી હોય. શું તમે ધ્યાન આપ્યું કે અચાનક ક્ષણભરમાં તમે કેવી રીતે એકસાથે ત્રણ ભૂમિકાઓમાં આવી ગયા – 'અત્યાચારી' ની ભૂમિકા (આ માણસે મને ખરેખર હેરાન કરી મૂક્યો છે !), પીડિતની ભૂમિકા (મારી સાથે ખૂબ ખોટું થઈ રહ્યું છે. હું તેને કોઈ બીજી ટીમમાં કેમ મોકલી શકતો નથી ?), અને રક્ષકની ભૂમિકા (હું ટીમના ભલા માટે જ્યાં સુધી તે બાકી લોકોની જેમ બરાબર કામ ન કરવા લાગે ત્યાં સુધી તેને સંભાળતો રહીશ.)

તમારી મનગમતી ભૂમિકા

ભલે આપણે એક-એક કરીને ત્રણે ભૂમિકાઓ સતત નિભાવતા રહ્યા હોઈએ, પણ સામાન્ય રીતે આપણી એક મનગમતી ભૂમિકા હોય છે, જેમાં આપણે હંમેશા રહીએ છીએ અને જાતે જ નિભાવીએ છીએ. જ્યારે મારા વિદ્યાર્થીઓને પૂછવામાં આવ્યું કે તે આ ત્રણેમાંથી કઈ ભૂમિકા હંમેશા ભજવે છે, તો મોટાભાગનાનો જવાબ હતો, રક્ષકની ભૂમિકા. કદાચ તમારો જવાબ પણ એ જ હશે. અને જો આ તમારી મનગમતી ભૂમિકા નથી તો પણ હું શરત મારીને કહી શકું છું કે તમને આ ભૂમિકાની સારી ઓળખ હશે.

જેવા આપણે એમ માનવાનું શરૂ કરી દઈએ છીએ કે આપણી પાસે બધા જવાબ છે, એ જ ક્ષણે આપણે પ્રશ્નોને ભૂલી જઈએ છીએ.

- મેડેલીન એલ'એંગલ

જ્યારે આપણે રક્ષકની ભૂમિકામાં હોઈએ છીએ, ત્યારે આપણો વલણ સતત સમસ્યાઓને ઉકેલવામાં, તરત સલાહ-સૂચન આપવામાં અને બીજાની જવાબદારીઓ પોતાના માથે લેવા તરફ હોય છે.

આની પાછળ આપણો હેતુ સારો હોય છે, આપણે બસ લોકોની મદદ કરી રહ્યા હોઈએ છીએ અને એક મેનેજર તરીકે પોતાનું યોગદાન આપી રહ્યા હોઈએ છીએ. પરંતુ તમે સ્પષ્ટ જોઈ શકો છો કે આ માટે બંને પક્ષોએ શું કિંમત ચૂકવવી પડી રહી છે. તમે થાકી જાઓ છો – અને બીજો પક્ષ ખિજાઈ જાય છે. તમે તમારા સહકર્મીઓની પ્રગતિ અને તેમની ક્ષમતાના વિસ્તારના અવસર સીમિત કરી દો છે. હવે કદાચ તમને સમજાઈ રહ્યું હશે કે એક રક્ષક પીડિતોનું નિર્માણ કેવી રીતે કરે છે. જો કે આપણે એ માનવા ઈચ્છીએ છીએ કે વાસ્તવમાં તેનાથી વિપરીત થતું હશે (જે અમુક હદ સુધી સાચું પણ છે, પણ પૂર્ણપણે નહીં.)

શું તમારી બરબાદી નિશ્ચિત છે ? (જી હા, તમારી બરબાદી નિશ્ચિત છે)

એક એવા મેનેજર તરીકે, જેની પાસે હંમેશા સમયની તાણ રહે છે, નાટકીય ત્રિકોણના પેટર્ન જોઈ શકવા સક્ષમ બનવું, જરૂર કરતાં વધારે કામ કરવાના પેટર્નને તોડવાની દિશામાં તમારું પહેલું સશક્ત પગલું છે. એકવાર જ્યારે તમે આના ટ્રિગર્સને સમજી લો છો, ત્યારે પોતાની આ આદતને બદલવાનું શરૂ કરી શકો છો.

ખરાબ સમાચાર એ છે કે કમનસીબે તમે જીવનભર આ નાટકીય ત્રિકોણના જાળમાં વારંવાર ફસાતા રહેશો.

પરંતુ સારા સમાચાર એ છે કે તેની ઓળખ કરવા અને તેના પેટર્નને તોડવાની બાબતમાં તમે સતત શ્રેષ્ઠ થતા જશો. પછી તમે એની પેટર્નને વારંવાર અને ક્યાંય વધારે ઝડપથી તોડશો.

સેમ્યુઅલ બેકેટ એ આનું સર્વશ્રેષ્ઠ વર્ણન કર્યું છે – 'નિષ્ફળ થતા રહો અને લાગેલા રહો. દરેક વખતે જરા વધારે સારી રીતે નિષ્ફળ થવાનો પ્રયત્ન કરો.'

સારી રીતે નિષ્ફળ થવા માટે તમારે એ જોવું પડશે કે તમે ક્યારે નાટકીય ત્રિકોણમાં ગૂંચવાઈ ગયા છો. એ પછી પોતાને આ ત્રિકોણમાંથી બહાર નીકળવા માટે તમારે આળસુ પ્રશ્ન – હું તમારી શું મદદ કરી શકું છું ? – પૂછવો પડશે.

આળસુ પ્રશ્ન - હું તમારી શું મદદ કરી શકું છું ?

'હું તમારી શું મદદ કરી શકું છું ?' પ્રશ્નમાં બમણી શક્તિ હોય છે. પહેલી એ કે પોતાના સહકર્મીને આ પ્રશ્ન પૂછીને તમે તેને સીધો અને સ્પષ્ટ અનુરોધ કરવા માટે મજબૂર કરી દો છો. જે તેના માટે ઘણો ઉપયોગી થઈ શકે છે. બની શકે કે તે આ વાત અંગે પૂર્ણપણે સ્પષ્ટ ન હોય કે તેણે તમારી સાથે આ વાતચીત શા માટે શરૂ કરી. હા, તે જાણે છે કે તેને તમારી પાસેથી કશુંક જોઈએ છે, પણ જ્યાં સુધી તમે તેને આ પ્રશ્ન પૂછ્યો નહોતો ત્યાં સુધી તેને પોતાને જ ખબર નહોતી કે તેને શું જોઈએ છે. પણ જો તે આ અંગે સ્પષ્ટ છે તો પછી તમે એ નક્કી કરી શકો છો કે તમે તેની વિનંતીનો સ્વીકાર કરશો કે નહીં.

આ પ્રશ્નની બીજી શક્તિ છે (જે સંભવતઃ હજુ વધારે મૂલ્યવાન છે) કે આને કારણે તમે એ ગેરસમજ ઊભી કરવાથી બચી જાઓ છો કે તમે જાણો છો કે સામેવાળી વ્યક્તિને શું મદદ જોઈએ છે કારણ કે રક્ષકની ભૂમિકા ભજવનારા બરાબર આ જ કરે છે. 'અને બીજું કંઈ ?' પ્રશ્નની જેમ જ આ પ્રશ્ન પણ આત્મ-પ્રબંધનની એક રીત છે, જે તમને જિજ્ઞાસુ અને આળસુ બનાવી રાખે છે. તમે પોતાનો ઘણો બધો સમય એ બાબતો પાછળ ખર્ચ કરી દો છો, જે તમારા પ્રમાણે લોકો ઈચ્છે છે કે તમે કરો. ક્યારેક-ક્યારેક તમે સાવ ખોટા હો છો, પણ એ એટલું પણ ખરાબ નથી કારણ કે આ સ્થિતિ ખૂબ જ ઝડપથી ઉકલી પણ જાય છે. આના કરતાં પણ વધારે જોખમી પરિસ્થિતિ તો ત્યારે આવે છે, જ્યારે તમે માત્ર અમુક હદ સુધી ખોટા હો છો. કારણ કે આ સ્થિતિમાં તમે પોતાને લગભગ-લગભગ એ જ કરતા અનુભવો છો, જે સામેની વ્યક્તિ તમારી પાસેથી ઈચ્છે છે. પરંતુ તમે જે કરી રહ્યા હો છો, તે એટલું પણ યોગ્ય નથી હોતું કે તેના માટે ખરેખર ઉપયોગી હોય અને એટલું ખોટું પણ નથી હોતું કે કોઈ તમને તે કરતાં અટકાવે.

સ્પષ્ટ શબ્દોમાં સીધું પૂછો

'હું તમારી શું મદદ કરી શકું છું ?' પ્રશ્નનું વધારે સ્પષ્ટ સંસ્કરણ

છે 'તમે મારી પાસેથી શું ઈચ્છો છે ?' જો 'હું તમારી શું મદદ કરી શકું છું ?' પ્રશ્નને ટક્સીડો પહેરેલા સુસંસ્કૃત જેમ્સ બોન્ડના રૂપમાં જોવામાં આવે તો 'તમે મારી પાસેથી શું ઈચ્છો છો ?' પ્રશ્ન એ જ જેમ્સ બોન્ડનું તે તેજ-તર્રાર રૂપ છે, જે અચાનક ખલનાયકના અડ્ડા પર આવીને ઊભું રહે છે. આ પ્રશ્ન બંને પક્ષો વચ્ચેની વાતચીતને તેના મૂળ સાર સુધી લઈ આવે છે, જે આ રીતે છે – 'તમે શું ઈચ્છો છો ? હું શું ઈચ્છું છું ? અને હવે આપણે આ બાબતે શું કરવું જોઈએ ?'

પરંતુ જરા સાવધ રહો

તમે સમજી શકો છો કે 'તમે મારી પાસેથી શું ઈચ્છો છો ?' પ્રશ્ન સામેની વ્યક્તિને કેવો લાગશે, એ ઘણા અંશે પ્રશ્ન પૂછવાના તમારા અંદાજ પર નિર્ભર કરે છે. જો તેને નાટકીય ત્રિકોણ સાથે જોડીને જોવામાં આવે તો જ્યારે તમે આ પ્રશ્ન પૂછતી વખતે 'અત્યાચારી'ની ભૂમિકામાં હશો, તો કદાચ સામેની વ્યક્તિને તેમાં આક્રમકતા દેખાશે. ત્યાં જ જ્યારે તમે 'પીડિત'ની ભૂમિકામાં હશો, તો તેને લાગશે કે તમે ચીસો પાડો છો-પોકારી રહ્યા છો અને જ્યારે તમે 'રક્ષક'ની ભૂમિકામાં હશો, ત્યારે તેને આ પ્રશ્ન શ્વાસ રૂંધનારો લાગશે.

બધા પ્રશ્નોની જેમ આ પ્રશ્નને પણ આ એક વાક્ય જોડીને વધારે વિનમ્ર બનાવી શકાય છે કે – 'હું બસ મારી જિજ્ઞાસા સંતોષવા માટે પૂછી રહ્યો છું કે.....' આ વાક્ય પ્રશ્નને અશિષ્ટ પૂછપરછને બદલે નેક પૂછપરછમાં બદલી નાખે છે. આવા જ કેટલાક બીજા વાક્ય છે જે પ્રશ્ન પર સમાન પ્રભાવ પાડે છે, જેમ કે – 'હું બસ મારી જાણકારી માટે પૂછી રહ્યો છું કે...' અથવા 'હું બસ સમજવા ઈચ્છું છું કે....' અથવા પછી 'હું બસ આ સ્પષ્ટ કરવા ઈચ્છું છું કે.....'

'હું તમારી શું મદદ કરી શકું છું ?' પ્રશ્ન સાથે જોડાયેલી ચિંતા અને તેનું પ્રબંધન

'હું તમારી શું મદદ કરી શકું છું ?' પ્રશ્ન સાથે જોડાયેલી લોકોની સૌથી મોટી ચિંતા હોય છે, તેના વિભિન્ન સંભવિત જવાબ.

- ‘હું ઈચ્છું છું કે આ ભયાવહ/અનુચિત/અસંભવ કાર્ય આપ કરો.’
- ‘હું ઈચ્છું છું કે જે મુશ્કેલ ચર્ચાથી હું બચી રહ્યો છું, એ ચર્ચામાં તમે સામેલ થઈ જાઓ.’
- ‘શું તમે તમારું આખું બજેટ મને આપી શકો છો ?’
- ‘આ રહી એક વધારાની જવાબદારી. પોતાની જૂની ઘણી બધી જવાબદારીઓમાં આને પણ ઉમેરી લેજો.’

અહીં એ સમજવું જરૂરી છે કે ભલે તમને તમારા પ્રશ્નનો કોઈપણ જવાબ મળે પણ સામેની વ્યક્તિની વિનંતી પર પ્રતિક્રિયા સ્વરૂપ તમારી પાસે પણ ઘણા જવાબ ઉપલબ્ધ છે.

એક સ્વાભાવિક જવાબ છે, ‘હા.’ તમે ઈચ્છો તો સામેની વ્યક્તિની વિનંતીને ‘હા’ કહીને સ્વીકારી શકો છો. પરંતુ તે માટે તમે જરાય બંધાયેલા નથી. આ બાધ્યતા અનુભવવી જ તમારી ચિંતાનો સ્રોત છે.

એક બીજો વિકલ્પ છે આ કહેવું, ‘જી નહીં, હું આ નહીં કરી શકું.’ સામેની વ્યક્તિને ‘ના’ કહેવાનું સાહસ દેખાડી તમે પોતાને ‘જરૂર કરતાં વધારે મદદરૂપ’ બનતાં રોકી શકો છો.

‘હું આ તો નથી કરી શકતો....પણ હા, તેના બદલે............ (અહીં તમારો વૈકલ્પિક પ્રસ્તાવ નોંધો) કરી શકું છું.’ આ વચ્ચેનો માર્ગ છે, જે ઘણો કારગર છે. સામેની વ્યક્તિને સીધી ‘ના’ ન કહેશો, તેના બદલે તેમની સામે કોઈ બીજો વિકલ્પ મૂકી દો.

અને અંતે તમે આમ કહીને થોડો વધારાનો સમય લઈ શકો છો કે ‘હું વિચારીને જણાવું છું.’ અથવા ‘હું વિશ્વાસ સાથે નથી કહી શકતો.....મને થોડું વિચારવા દો, પછી જણાવું છું.’

આ નવી આદતની મદદથી અચાનક રક્ષક બનતાં બચો

જ્યારે કોઈ તમને એ જણાવે છે કે તેની સાથે શુ-શું થઈ રહ્યું

છે, તો રક્ષક બનવા અને ઉકેલ આપવાના મોડમાં જતા પોતાની જાતને રોકવી એ ખૂબ મુશ્કેલ હોય છે. અને જ્યારે કોઈ તમને આવો પ્રશ્ન પૂછે, જે વાસ્તવમાં તમારી સલાહ મેળવવાની સીધી વિનંતી હોય, ત્યારે તો પોતાની જાતને રોકવી અશક્ય થઈ જાય છે, જેમ કે – 'હું એવું શું કરું કે....' અથવા 'તમને શું લાગે છે, મારે આ બાબતમાં શું કરવું જોઈએ..... ?' આ પ્રશ્ન માછલી પકડવા માટે નાખવામાં આવેલા દાણા જેવો હોય છે – મોહક અને જોખમી. તમને ખબર જ નથી પડતી કે તમે ક્યારે આ જાળમાં ગૂંચવાઈ ગયા.

'તમને શું લાગે છે, મારે આ બાબતમાં શું કરવું જોઈએ.....?' આ પ્રશ્ન માછલી પકડવા માટે નાખવામાં આવેલા દાણા જેવો છે.

સલાહ-સૂચના આપવાનો પોતાનો એક યોગ્ય સમય અને પ્રસંગ હોય છે. આપણું લક્ષ્ય જવાબ આપવામાંથી બચવાનું નથી. બલકે લોકોને પોતાના જવાબ પોતે શોધવા દેવાની બાબતમાં શ્રેષ્ઠ બનાવવાનો છે. તો આ રહી તમારી નવી આદત.

જ્યારે આવું થાય.....

કોઈ તમને કૉલ કરીને/ટેક્સ્ટ મેસેજ મોકલીને/તમારા ક્યૂબિકલમાં આવીને/ઓફિસના બીજા ખૂણેથી બૂમ પાડીને પૂછે છે કે 'હું.......(અહીં તેનું તે કામ નોંધવું, જેમાં તમારા ગૂંચવાવાની પૂરી શક્યતા હોય) કામ કેવી રીતે કરું ?'

તો આ કરવાને બદલે.....

તેને જવાબ આપવો....

હું આ કરીશ....

હું કહીશ, 'સારો પ્રશ્ન છે. આ વિશે હું શું વિચારું છું, એ હું તમારી સાથે જરૂર વહેંચીશ, પણ તે પહેલા તમે એ જણાવો કે તેના વિશે તમારો શો વિચાર છે ?'

અને જ્યારે સામેની વ્યક્તિ તમારા આ પ્રશ્નનો જવાબ આપે, તો પોતાનું માથું હલાવીને તેના જવાબમાં રસ દેખાડો અને જ્યારે તે પોતાની વાત પૂરી કરી લે, ત્યારે તેને કહો, 'ખૂબ સરસ. બીજું કશું, જે તમે કરી શકતા હો ?'

થોડું હજુ વધારે માથું હલાવો. થોડી વધારે રસ-રુચિ દેખાડો. પછી કહો, 'આ તો ખરેખર સરસ છે. શું બીજું પણ કશું છે, જેને તમે અજમાવી શકો છો ?'

અને જો તમે ઈચ્છો તો એ પછી, યાદ રાખો, માત્ર એ પછી જ તમારો વિચાર પણ સામે મૂકી શકો છો. અને સ્વાભાવિક છે કે જો આ વાતચીત આ જ પ્રમાણે સારી રીતે આગળ વધતી રહે, તો તમે ત્યાં સુધી 'અને બીજું કશું ?' પ્રશ્ન પૂછતા રહો, જ્યાં સુધી તેના બધા જવાબ પૂરા ન થઈ જાય.

<u>પોતાની નવી આદત અહીં નિર્મિત કરો</u>

જ્યારે આવું થાય....

એ ક્ષણોને, લોકોને અને સંભવતઃ એ ભાવનાઓને પણ કાગળ પર લખવી, જે તમારું ટ્રિગર છે.

અહીં ટ્રિગર એ છે કે તમે કઈ હદ સુધી સામેની વ્યક્તિને મદદ કરવા ઈચ્છો છો. તો એ શું છે, જે તમને મદદ કરવા માટે પ્રેરે છે ? કદાચ જ્યારે કોઈ તમને પૂછે છે, 'હું આ કેવી રીતે કરું.....?' અથવા 'શું તમે મારી માટે આ કરી શકો છો......?' અથવા 'આ કરવાની શું રીત છે......?' અથવા જ્યારે કોઈ તમારી ઓફિસમાં આવીને તમને કોઈ સમસ્યા વિશે જણાવે છે તો તમારા મનમાં તરત એ સમસ્યાનો એક ઉત્તમ ઉકેલ આવી જાય છે. અથવા પછી જ્યારે તમારી ટીમની મીટિંગમાં આવું થાય છે. અથવા પછી જ્યારે તમને લાગે છે કે જ્યારે હું આ કામ કોઈ બીજાને આપવાને બદલે જાતે જ કરી લઉં, તો આ ઝડપથી પૂરું થઈ જશે. ભલે તમે આ વાત અંગે પૂર્ણપણે સ્પષ્ટ ન હો કે વાસ્તવમાં 'આ કામ' શું છે. ટૂંકમાં કહીએ, તો આવું દરેક એ પ્રસંગે થાય છે, જ્યારે તમારા મનમાં

આપોઆપ જ કોઈ બાબતને પોતાના હાથમાં લઈને મદદ કરવાની ઈચ્છા પેદા થાય છે. અને અહીં સૌથી ખરાબ વાત એ છે – તમારા સમય, તમારા પ્રયાસો અને તમારા નેક ઈરાદા માટે – કે તમે જેની મદદ કરવા ઉતાવળા થઈ રહ્યા છો, બની શકે કે તે તમારી પાસેથી મદદ લેવા જ ન ઈચ્છતો હોય અથવા પછી બની શકે કે તેને તમારી મદદની જરૂર જ ન હોય.

તો આ કરવાને બદલે.....

પોતાની આ જૂની આદતને સ્પષ્ટતાની સાથે કાગળ પર લખવી, જેને તમે છોડવા ઈચ્છો છો.

અહીં તમે પોતાની જે જૂની આદતને છોડવાનો પ્રયત્ન કરી રહ્યા છો, તે છે કોઈ બાબતમાં જાતે જ મદદ કરવા માટે કૂદી પડવું. તમે ઉકેલ આપી રહ્યા છો, તમે જવાબ આપી રહ્યા છો અને પોતાના કાર્યોની સૂચિમાં આ કાર્યને પણ જોડી રહ્યા છો. તમે એમ માનીને ચાલી રહ્યા છો કે તમે જાણો છો કે સામેની વ્યક્તિ શું ઈચ્છે છે, ભલે તેણે તમને ખૂલીને કોઈ વિનંતી ન કરી હોય. ટૂંકમાં કહીએ તો, તમે આ જવાબદારી પોતાના ખભા પર લઈ રહ્યા છો.

હું આ કરીશ...

પોતાની નવી આદતનું વર્ણન કરવું. જે કદાચ આ પ્રકારે હશે – 'હું તેમને પૂછીશ કે હું તેમની શું મદદ કરી શકું છું ?'

તમે પોતાની સ્પષ્ટતા માટે આ પ્રશ્ન પૂછો છો – 'હું તમારી શું મદદ કરી શકું છું ?' અથવા પછી તમે વધારે સ્પષ્ટ શબ્દોમાં સીધું જ આ પૂછી લો છો, 'તમે મારી પા સેથી શું ઈચ્છો છો ?'

બોક્સ ઓફ ક્રેયોન્સ લેબ તરફથી

'અને બીજું કંઈ ?' પ્રશ્નવાળા પ્રકરણમાં અમે એક પ્રકરણનો ઉલ્લેખ કર્યો હતો, જેમાં જોયું હતું કે એક ડૉક્ટર સરેરાશ 18 સેકન્ડની અંદર જ પોતાના દર્દીને વચ્ચે ટોકે છે. પરંતુ બોક્સ ઓફ ક્રેયોન્સના અમારા સંશોધકોને કેટલાક એવા પ્રકરણ પણ મળ્યા, જેથી જાણવા

મળે છે કે સંવાદ દરમિયાન વિનમ્રતાની ઉણપ બધા ડૉક્ટરોમાં નથી હોતી.

અમારી સંશોધક લિંડસેએ દર્દીઓની સાથે વાતચીત શરૂ કરવાની વિવિધ રીતો પર થયેલા એક અભ્યાસનો ખુલાસો કર્યો. કેટલાક ડૉક્ટરોએ પોતાના દર્દી સાથે સામાન્ય પૂછપરછ દ્વારા વાતચીત શરૂ કરી, જેમ કે 'હું તમારી શું મદદ કરી શકું છું ?' ત્યાં અન્ય ડૉક્ટરોએ એવા પ્રશ્ન પૂછ્યા જે કોઈ બાબતની પુષ્ટિ કરતા હતા, જેમ કે 'લાગે છે, આજે તમને સાઈનસની તકલીફ થઈ રહી છે ?' અભ્યાસથી જાણવા મળ્યું કે સામાન્ય પૂછપરછ કરતા દર્દી પોતાની મુશ્કેલીઓ વિશે વિસ્તારથી જણાવે છે અને પોતાના વિભિન્ન લક્ષણો વિશે વધારે સટીક જાણકારી આપે છે – એટલે કે ડૉક્ટરની સામે પોતાની અસલી સમસ્યા મૂકવાની તેમની શક્યતા વધી જાય છે. આ ઉપરાંત જે ડૉક્ટર સામાન્ય પૂછપરછવાળા પ્રશ્ન કરતા, દર્દી તેમનું મૂલ્યાંકન કરતી વખતે તેમને વધારે ગુણ આપતા.

તો જ્યારે તમે એક આળસુ પ્રશ્ન પૂછો છો અથવા સામાન્ય પૂછપરછવાળા પ્રશ્નથી વાતચીત શરૂ કરો છો, તો વિજ્ઞાન અનુસાર, તમે વધારે પ્રભાવી સાબિત થાઓ છો એટલું જ નહીં તમને વધારે સમ્માન પણ મળે છે.

પ્રશ્નનો માસ્ટરક્લાસ ભાગ 6

જવાબને ખરેખર સાંભળો

તમે સાત મુખ્ય પ્રશ્નોમાંથી એક પ્રશ્ન પૂછો છો.

એ પછી તમે સક્રિયતાની સાથે સામેની વ્યક્તિનો જવાબ સાંભળો છો.

વચ્ચે-વચ્ચે પોતાનું માથું હલાવીને સામેની વ્યક્તિને સંકેત આપો છો કે તમે સાંભળી રહ્યા છો.

સાથે જ તેને પ્રોત્સાહિત કરવા માટે 'હમ્મમમ....'નો અવાજ પણ કાઢો છો.

અને તેની સાથે કોઈપણ ભોગે આઈ-કોન્ટેક્ટ જાળવી રાખો છો.

તેમ છતાં તમારા મનમાં ધ્યાન વિચલિત કરનારી ઉથલ-પાથલ ચાલી રહી છે. કદાચ તમે આ વાત અંગે ચિંતિત થઈ રહ્યા છો કે હવે આગળ તમે તેને ક્યો પ્રશ્ન પૂછશો. અથવા કદાચ તમે વિચારી રહ્યા છો કે આ વાતચીતને ઝડપથી કેવી રીતે પૂરી કરવામાં આવે. અથવા પછી બની શકે કે, તમે વિચારી રહ્યા હો કે ક્યાંક આજે ઘરે જઈને ડીનર બનાવવાનો વારો તમારો તો નથી ને અને રસોઈમાં નાખવા માટે પૂરતું લસણ રસોડામાં હશે કે પછી ઓફિસથી ઘરે પાછા ફરતી વખતે તમારે બજારમાંથી થોડું લસણ ખરીદવું પડશે. જે પણ હોય,

પૈડું હજુ પણ ફરી રહ્યું છે, પરંતુ ઉંદર મરી ગયો છે

પ્રશ્ન પૂછ્યા પછી તમે જે સૌથી સારું કામ કરી શકો છો, તે એ કે સામેની વ્યક્તિના જવાબને ખરેખર સાંભળો. પોતાની જિજ્ઞાસા જાળવી રાખો.

<u>આ રહી તમારી નવી આદત</u>

જ્યારે આવું થાય.....

જ્યારે હું એક પ્રશ્ન પૂછું....

તો આ કરવાને બદલે.....

સામેની વ્યક્તિના જવાબને સાંભળવાનો દેખાડો કરવો.....

હું આ કરીશ....

હું ખરેખર તેનો જવાબ સાંભળીશ. અને જો મારું ધ્યાન વિચલિત થશે (જે જરૂર થશે જ) તો હું તમારું ધ્યાન ફરીથી સામેની વ્યક્તિ પર કેન્દ્રિત કરીશ અને ફરીથી સાંભળવાનું શરૂ કરી દઈશ.

રણનીતિક પ્રશ્ન

આમાં તમે કામના બોજ હેઠળ દબાવવાની ભાવનાના કેન્દ્રમાં જશો અને એ પ્રશ્ન વિશે જાણશો જે દરેક સારી રણનીતિનું કેન્દ્ર હોય છે.

વધારે પ્રભાવ, વધારે સાર્થકતા

કેટલાક કાર્ય એવા હોય છે, જે કરવા તમને ખૂબ જ ગમે છે. આ એ કાર્ય છે, જેમાં તમે બિલકુલ ડૂબી જાઓ છો. તેને કરવા માટે તમે ઉત્સાહિત રહો છો. આવું એટલા માટે નથી થતું કારણ કે આ કાર્યોથી કોઈ ખાસ ફેર કે મોટો પ્રભાવ પડી રહ્યો હોય, બલકે એટલા માટે થાય છે કારણ કે આ તમારા માટે મહત્ત્વનું છે અને તેની પોતાની એક સાર્થકતા હોય છે. બીજા શબ્દોમાં કહેવામાં આવે, તો આ એ કાર્ય છે, જેને તમે શરૂઆતથી જ કરવાની આશા રાખો છો.

અને પછી આ ઉપરાંત બાકીના કાર્ય હોય છે, જેને તમારે પૂરા કરવાના હોય છે. બોક્સ ઓફ ક્રેયોન્સમાં આપણે 'સારા કાર્યો' (રોજબરોજના એ કાર્ય, જેને પૂરા કરવા જરૂરી હોય છે અને જે તમારા પદની સામાન્ય જવાબદારીઓ છે) અને 'મહાન કાર્યો' (એ કાર્ય જે વધારે સાર્થક હોય અને જેનાથી વધારે પ્રભાવ પડે) ની વચ્ચેનું અંતર સ્પષ્ટ રાખીએ છીએ. તેનો ઉદ્દેશ એ છે કે વિભિન્ન સંગઠન અને તેમાં કાર્યરત લોકોને 'સારા કાર્ય' ઓછા કરવા પડે જેથી તે 'મહાન કાર્ય' વધારેમાં વધારે કરી શકે.

કદાચ તમે કલ્પના કરી શકો છો કે જો તમે અને તમારી ટીમ 10 ટકા વધારે મહાન કાર્ય કરતા હોત, તો બાબતો કેવી રીતે બદલાઈ શકતી હતી. પરંતુ સ્પષ્ટ કહીએ તો, આટલો સમય કોની પાસે છે ? જો આળસુ પ્રશ્ન ('હું તમારી શું મદદ કરી શકું છું ?') વાળા પ્રકરણે તમને થોડા અસહજ કરી દીધા છે, તો કદાચ તમને ડર લાગશે કે ક્યાંક ખરેખર કોઈ તમને આ પ્રશ્નનો જવાબ ન આપી દે. તમે પહેલેથી ઈ-મેઈલ વાંચવા, મીટિંગ પૂરી કરવા, જરૂરી કામ પૂરા કરવા, વ્યાયામ કરવા, પુસ્તકો વાંચવા અને પરિવારને સમય આપવા જેવી બાબતો માટે પૂરતો સમય કાઢી શકતા નથી. જ્યારે તમે પોતાની પૂર્ણ ક્ષમતા સાથે કામ કરી રહ્યા છો. તો પછી કોઈ વધારાના કાર્ય માટે સહમતી કેવી રીતે આપી શકો છો ?

'હું ખૂબ વ્યસ્ત છું' કહેવાનું બંધ કરો

આ ઉપરાંત અંતહીન કનેક્ટિવિટી, ઓછા સંસાધનોવાળા સંગઠનો અને વૈશ્વિકરણના આ વિચિત્ર સમયનું એક સામાન્ય ચલણ છે, એમ કહીને વિનમ્રતાપૂર્વક પોતાની શેખી વધારવી કે 'હું કામના બોજ હેઠળ કેટલો દબાયેલો છું અને કેટલી વધારે જવાબદારીઓ નિભાવી રહ્યો છું.'

'અને શું હાલ-ચાલ છે ?' લોકો પૂછે છે.

'ખૂબ વ્યસ્ત છું' તમે જવાબ આપો છો, 'કામ ખૂબ વધી ગયું છે.'

ધીરે-ધીરે આપણને આ વાસ્તવિકતાનો અનુભવ થઈ રહ્યો છે કે વ્યસ્ત હોવું સફળતાનો માપદંડ નથી. વર્ષો પહેલા જ્યોર્જ બર્નાડ શૉ એ ક્રાંતિકારીઓ માટે આ સૂત્રવાક્ય કહેતા વાસ્તવમાં ઘણી મહત્ત્વની વાત જણાવી હતી કે 'સમજદાર વ્યક્તિ પોતાને દુનિયા અનુસાર ઢાળી લે છે, જ્યારે અવિવેકી વ્યક્તિ દુનિયાને પોતાના હિસાબે ઢાળવામાં લાગેલી રહે છે. તેથી બધી પ્રગતિ અવિવેકી લોકો પર જ નિર્ભર હોય છે.' '4 અવર વર્કવીક' પુસ્તકના લેખક જિમ ફેરિસે હાલમાં જ ખૂબ મહત્ત્વની વાત કહી હતી કે 'વ્યસ્ત હોવું આળસુ

હોવાનું જ એક રૂપ છે – આળસી વિચાર અને અંધાધૂંધ રીતે કાર્ય કરવું.' (પરંતુ આ આળસુપણાનો તે સકારાત્મક પ્રકાર નથી, જેની વકીલાત હું પાછલા પ્રકરણમાં કરતો હતો.)

'વધારે મહેનતથી નહીં બલકે વધારે હોંશિયારીથી કામ કરો' કહેવાનું પણ બંધ કરો

લોકો હંમેશા જાત-જાતની સલાહ આપતા રહે છે, 'વધારે મહેનતથી નહીં બલકે વધારે હોંશિયારીથી કામ કરો.' 'અને વધારે રણનીતિક વ્યક્તિ બનો.' આ પ્રકારની સલાહો નિરર્થક હોય છે, જે સાંભળવામાં તો ઘણી સારી લાગે છે પરંતુ તેના પર અમલ કરવાનુ અશક્ય હોય છે. આજકાલ 'રણનીતિક' શબ્દનો ઉપયોગ જરૂર કરતાં વધારે જ થવા લાગ્યો છે. જ્યારે પણ આપણે એ દર્શાવવા ઈચ્છીએ છીએ કે ફલાણી વસ્તુ મહત્ત્વપૂર્ણ, ઉપયોગી અને વિચારશીલ છે, તો તેની સાથે 'રણનીતિક' શબ્દ જોડી દઈએ છીએ. જેમ કે – આ માત્ર એક બેઠક નથી બલકે એક રણનીતિક બેઠક છે....એક રણનીતિક રિપોર્ટ છે.....એક રણનીતિક લોંચ ડેટ છે......એક રણનીતિક ખરીદી છે.....'જેફરી વેસ્ટ બ્રાંડના શાનદાર જૂતાની ખરીદી, જે ખરીદવા આમ તો મારી હેસિયતની બહારની ચીજ છે, પણ હું ઘણા દિવસોથી ઈચ્છતો હતો કે મારી પાસે પણ આ જૂતા હોય.'

જ્યારે 'રણનીતિક' શબ્દનો ઉપયોગ આટલી બાલિશતાથી કરવામાં આવે છે, તો સંગઠનના કર્મચારી 'રણનીતિ'ના વિચાર પ્રત્યે જ ઉદાસીન થવા લાગે છે.

સામાન્ય રીતે જ્યારે આ શબ્દનો ઉપયોગ એ લોકો કરે છે, જે પદના મામલામાં સામાન્ય કર્મચારી કરતાં બે-ત્રણ સ્તર ઉપર હોય, તો તેને હંમેશા 'તેમના કામ' તરીકે જ જોવામાં આવે છે. અને જ્યારે તમે આ તથ્યને 'રણનીતિક' શબ્દના જરૂર કરતાં વધારે ઉપયોગની સાથે જોડીને જુઓ છો ત્યારે તમને સમજાય છે કે આ વાસ્તવમાં બીજું કશું નથી બલકે 'રણનીતિ' ને મોટા લોકોની વસ્તુના રૂપમાં પ્રચારિત કરવાનો એક ભદ્દો પ્રયત્ન છે.

પરંતુ રણનીતિ કોઈ કબાટમાં ધૂળ ખાતું પાવરપોઈન્ટ ડોક્યુમેન્ટ નથી. રણનીતિ આના કરતાં ક્યાંય વધારે મૌલિક બાબત છે. મને રણનીતિની જેટલી પરિભાષાઓની જાણકારી છે, તેમાંથી માઈકલ પોર્ટરની પરિભાષા સર્વશ્રેષ્ઠ છે – 'રણનીતિનો સાર છે, એ નક્કી કરવું કે શું નથી કરવાનું.'

<u>રણનીતિક પ્રશ્ન – જો તમે આ માટે 'હા' કહી રહ્યા છો, તો એ શું છે, જેના માટે તમે 'ના' કહેશો ?</u>

આ પ્રશ્ન તમારી આશા કરતાં ક્યાંય વધારે જટિલ છે, જેનાથી સ્પષ્ટ છે કે આમાં કેટલી શક્યતાઓ છુપાયેલી હોય છે. આ પ્રશ્ન પૂછીને તમે વાસ્તવમાં લોકોને એ વસ્તુને લઈને પૂર્ણપણે સ્પષ્ટ અને પ્રતિબદ્ધ થવાનું કહી રહ્યા હો છો, જેના માટે તેમણે 'હા' કહી છે. આપણે હંમેશા કોઈ બાબત માટે અડધા મનથી સહમતિ દર્શાવી દઈએ છીએ. સાથે જ જે વસ્તુ માટે સહમતિ બની છે, તે વાસ્તવમાં શું છે, તે અંગે હંમેશા દરેક વ્યક્તિને ગેરસમજ હોય છે. (શું તમારે પણ ક્યારેય કોઈને આ વાક્ય કહેવું પડ્યું છે, 'મેં તો ક્યારેય કહ્યું નથી કે હું આવું કરીશ.') તેથી આ પૂછવાથી કે 'પહેલા આ સ્પષ્ટ કરી લઈએ કે – તમે કઈ વસ્તુ માટે 'હા' કહી રહ્યા છો ?' સામેની વ્યક્તિની પ્રતિબદ્ધતા બિલકુલ સ્પષ્ટ થઈ જાય છે. તે પછી જો તમે પૂછો છો, 'આ વિચાર પ્રત્યે પૂર્ણપણે પ્રતિબદ્ધ થવાનો અર્થ શું છે ?' તો બાબતો વધારે સ્પષ્ટ થઈ જશે. એ પછી જો તમે પૂછો છો, 'આ વિચાર પ્રત્યે પૂર્ણપણે પ્રતિબદ્ધ થવાનો અર્થ શું છે ' તો બાબતો વધારે સ્પષ્ટ થઈ જશે.

પરંતુ 'ના' વિના 'હા'નું કોઈ અસ્તિત્વ નથી. આ 'હા' ની એક નિશ્ચિત સીમા નક્કી કરે છે અને તેને એક નક્કર રૂપ આપે છે.

અને વાસ્તવમાં અહીં તમે 'ના' વાળા જવાબના બે પ્રકારોને ઉજાગર કરી રહ્યા છો – પહેલા પ્રકારની 'ના' એ વિકલ્પો પર લાગુ થાય છે, જે તમારા 'હા' કહેવાથી આપોઆપ જ પૂરા થઈ જાય છે.

જેમ કે જો તમે ફલાણી મીટિંગમાં જવા માટે 'હા' કહી, તો તેનો અર્થ એ થયો કે તમે જાતે જ આવા કોઈ કાર્યક્રમ માટે 'ના' કહી રહ્યા છો, જે એ મીટિંગના સમયે જ થવાનો છે. આ પ્રકારની 'ના' ને સમજવાથી તમને નિર્ણયના નિહિતાર્થને સમજવામાં મદદ મળે છે.

બીજા પ્રકારની 'ના' – જે કદાચ વાતચીતને વધારે ગહનતા તરફ લઈ જશે – તે છે, જેને હમણાં કહેવું જરૂરી છે જેથી જે બાબતો માટે તમે પહેલા 'હા' કહી ચૂક્યા છો, તેને પૂરા કરી શકો. પોતાના જરૂર કરતાં વધારે વ્યસ્ત જીવનમાં તમામ પ્રતિબદ્ધતાઓ પછી પણ તમે કોઈ વધારાના કાર્ય માટે 'હા' કહી દો છો અને આશા રાખો છો કે તમે તેને પૂરા પણ કરી લેશો, જાણે તમારા હાથમાં કોઈ જાદુની છડી આવી ગઈ હોય. આ બીજા પ્રકારની 'ના' આ જ મુદ્દા પર પ્રકાશ પાડે છે કે તમે અત્યાર સુધી જે બાબતો માટે 'હા' કહી છે, તેના માટે જરૂરી સમય, એકાગ્રતા, ઉર્જા અને સંસાધન કેવી રીતે એકઠા કરવામાં આવે.

તમે બધી મૂળભૂત વસ્તુઓનું ધ્યાન રાખ્યું છે, એ સુનિશ્ચિત કરવા માટે તમે એ 3 પી મોડલનો ઉપયોગ કરી શકો છો, જેના વિશે પહેલા પ્રકરણ 'શરૂઆતી પ્રશ્ન'માં જણાવવામાં આવ્યું હતું.

પ્રોજેક્ટ

- તમારે ક્યા પ્રોજેક્ટ છોડવા કે સ્થગિત કરવાની જરૂર છે ?
- હવે તમે કઈ મીટિંગ્સમાં સામેલ નહીં થાઓ ?
- જે બાબતો માટે તમે 'હા' કહી છે, તેના માટે ક્યા સંસાધનોનો ઉપયોગ કરવાની જરૂર છે ?

પીપલ (લોકો)

- તમારે કઈ અપેક્ષાઓનું પ્રબંધન કરવાનું છે ?
- તમે ક્યા નાટકીય ત્રિકોણથી પોતાને અલગ કરશો ?
- તમે ક્યા સંબંધોને નબળા પડવા દેશો ?

પેટર્ન

- તમારે કઈ આદતોને છોડવાની જરૂર છે ?
- તમારે કઈ જૂની મહત્ત્વાકાંક્ષાઓ અને મનમાં ચાલનારી કથાઓને અપડેટ કરવાની જરૂર છે ?
- તમારે પોતાના વિશે ક્યા વિશ્વાસોને ત્યાગવાની જરૂર છે ?

તમારે 'ના' ક્યારે કહેવી જોઈએ ? (અને હા ક્યારે કહેવી જોઈએ ?)

મેં મારા લિંક્ડઈન સમૂહને પૂછ્યું કે તેમના હિસાબથી 'હા' કે 'ના' કહેવાના સારા અને ખરાબ કારણ કયા છે ? તેમના કેટલાક જવાબ આ પ્રકારે હતા –

	ખરાબ કારણ	સારા કારણ
	તમે પોતાનો ફોન મૂકી દો કે ઓફિસથી ચાલ્યા જાઓ, એ માટે હું ગમે તે કરવા તૈયાર છું.	-હું સામેની વ્યક્તનિી વનિતી માટે ઉત્સુક હતો. મે પ્રશ્ન પૂછ્યા અને તેણે મને સારા જવાબ આપ્યા.
હા	હું જાણું છું કે હું આ કરવાનો નથી.	-હું આ વશિે સ્પષ્ટ છું કે મારે શું કરવાનું બંધ કરવાનું છે જેથી હું આ કરવાનું શરૂ કરી શકું.
	મને લાગે છે કે આનાથી લોકો મને ખરેખર પસંદ કરવા લાગશે.	-આ મારા માટે 'મહાન કાર્ય' છે – એટલે કે એવું કાર્ય જેનાથી પ્રભાવ પડશે અને જે સાર્થક હશે.
	આદત.	-મારા બોસે સ્પષ્ટ કરી દીધું છે કે હવે આ બાબતે કોઈ વાતચીત નહી થાય.
	મને તે વ્યક્તિ પસંદ નથી (મને વાસ્તવમાં તે વ્યક્તિ જરાય પસંદ નથી)	-હું સામેની વ્યક્તનિી વનિતી માટે ઉત્સુક હતો. મે પ્રશ્ન પૂછ્યા અને તેણે મને સારા જવાબ આપ્યા. હવે હું જાણું છું કે તેના માટે 'હા' કહેવી યોગ્ય નહી હોય.
ના	હું સહજ છું અને હું બાબતોમાં કોઈ પરિવર્તન કરવા ઈચ્છતો નથી.	-મે વચિાર કર્યો કે મારી મુખ્ય પ્રાથમકિતાઓ શું છે. તેથી હવે હું કોઈ દબાણમાં આવવાનો નથી.
	આક્રમણ કરવું રક્ષણ કરવાની સૌથી સારી રીત છે.	-હું એક એવી વ્યક્તિ તરીકે પોતાની શાખ બનાવવા ઈચ્છું છું, જે રણનીતકિ અને વચિારશીલ છે.
	આદત	

આપણામાંથી મોટાભાગના લોકો માટે બે પ્રકારના લોકોને 'ના' કહેવું સૌથી સહેલું હોય છે. પહેલા એ લોકો જે આપણી સૌથી નજીક હોય છે, જેમ કે આપણા જીવનસાથી અને આપણા બાળકો. ત્યાં જ બીજી શ્રેણીમાં એ લોકો આવે છે જે આપણી નજીક કે ખાસ નથી હોતા, જેમ કે કોઈ સેલ્સમેન કે ટેલીમાર્કેટર. આ ઉપરાંત બીજા કોઈને પણ 'ના' કહેવું ઘણું મુશ્કેલ હોય છે. કમનસીબે, આ ત્રીજી શ્રેણીમાં આપણા સહકર્મી પણ સામેલ છે. કોર્પોરેટ સંસ્કૃતિને કારણે આપણી મુશ્કેલીઓ હજુ વધારે વધી જાય છે, જ્યાં દરેક બાબતનો નક્કી જવાબ કાં તો 'હા' હોય છે અથવા પછી 'કદાચ'.

સાદગીનું ઉદાહરણ બિલ જેન્સેને મને શીખવ્યું કે 'ના' કહેવાનું રહસ્ય, પોતાનું ધ્યાન હટાવીને એ શીખવામાં છુપાયેલું હોય છે કે કોઈપણ વસ્તુ માટે તાત્કાલિક 'હા' કહેવામાં ન આવે. વાસ્તવમાં આ બાબતમાં જે વસ્તુ આપણને ખરેખર મુશ્કેલીમાં મૂકે છે, તે છે તાત્કાલિક પ્રતિબદ્ધતા દર્શાવવી. આપણે કઈ બાબત માટે 'હા' કહી રહ્યા છીએ અને સામેની વ્યક્તિ આ વિનંતી આપણને જ કેમ કરી રહી છે એ સમજ્યા વિના. તાત્કાલિક 'હા' નહીં કહેવાનો અર્થ છે, કોઈ બાબત પ્રત્યે પોતાની પ્રતિબદ્ધતા દર્શાવતા પહેલા તેના વિશે વધારે જાણકારી પ્રાપ્ત કરવી અને વધારે પ્રશ્ન પૂછવા.

- તમે મને શા માટે કહી રહ્યા છો ?
- શું તમે આના માટે કોઈ બીજાને પણ કહ્યું છે ?
- તમે કહી રહ્યા છો કે આ અત્યંત આવશ્યક છે. આમ કહેવા પાછળ શું અર્થ છે ?
- આને ક્યા માપદંડો પ્રમાણે પૂરા કરવા પડશે ? અને ક્યાં સુધી ?
- જો હું કહું કે આને પૂરા કરવાને બદલે હું માત્ર તેના એક પાસા પર જ કામ કરી શકું તેમ છું, તો તમારા પ્રમાણે તે પાસુ કયું હશે ?

- આમાંથી કઈ બાબતોની જવાબદારી તમે પોતે લઈ રહ્યા છો? જેથી મારા માટે થોડી સરળતા રહે.

આ રીતે વધારે જાણકારી મેળવવાનો પ્રયત્ન કરવાથી તમને કદાચ ચાર પ્રકારની પ્રતિક્રિયાઓ મળી શકે છે, જેમાંથી ત્રણ તમારા માટે ઉપયોગી નીવડી શકે છે.

પહેલી પ્રતિક્રિયા, જે તમારા માટે ઉપયોગી નથી, તેમાં સામેની વ્યક્તિ તમને કહેશે કે આટલા બધા પ્રશ્ન ન પૂછશો, બસ કામમાં લાગી જાઓ. સામેની વ્યક્તિ કોણ છે, ત્યાંની સંસ્કૃતિ શું છે અને કાર્ય કેટલું આવશ્યક છે, તેના આધાર પર હંમેશા આ સ્પષ્ટ થઈ જાય છે કે તમારી પાસે એ જ અપેક્ષા રાખવામાં આવે છે કે તમને જે કરવાનું કહેવામાં આવે, તે તમે કરી દો.

તાત્કાલિક 'હા' નહીં પાડવાનો અર્થ છે, કોઈ બાબત પ્રત્યે તમારી પ્રતિબદ્ધતા દર્શાવતા પહેલા તેના વિશે વધારે જાણકારી પ્રાપ્ત કરવી.

બીજી પ્રતિક્રિયા હશે કે સામેની વ્યક્તિની પાસે તમારા બધા પ્રશ્નોના સારા જવાબ હશે. આ સારી વાત છે કારણ કે એનો અર્થ છે કે તેણે તમને સમજી-વિચારીને વિનંતી કરી છે, માત્ર એટલા માટે નહીં કે તમે બધાને મદદ કરી દો છો અથવા તેને તમારું ઈ-મેઈલ એડ્રેસ લિસ્ટમાં સૌથી ઉપર દેખાયું હતું.

ત્રીજી પ્રતિક્રિયા હશે કે તેની પાસે તમારા પ્રશ્નોના જવાબ તો નહીં હોય, પણ તે તમારા માટે જવાબ શોધવા તૈયાર હશે. આ સારું છે. કંઈ નહીં તો આનાથી તમને થોડો સમય મળી જશે અને બની શકે કે તે ફરીથી તમારી પાસે પોતાની વિનંતી લઈને આવે જ નહીં.

અને અંતતઃ સામેની વ્યક્તિ આ કહી શકે છેઃ 'તમને સહમત કરવા થોડા વધારે જ મુશ્કેલ છે. સારું એ હશે કે હું આના માટે કોઈ બીજી વ્યક્તિ શોધી લઉં, જે તરત જ 'હા' કહી દે.'

ઈ.સ.2002ના હાર્વર્ડ બિઝનેસ રિવ્યૂમાં 'બીવેયર ધ બિઝી મેનેજર' શીર્ષકથી પ્રકાશિત એક લેખમાં હેક બ્રુચ અને સુમંત્ર ઘોષાલે કહ્યું કે 'માત્ર દસ ટકા મેનેજર જ એવા હોય છે, જેમની પાસે ખરેખર મહત્ત્વ ધરાવતી બાબતો પર કામ કરવા માટે જરૂરી એકાગ્રતા અને ઉર્જા હોય છે.' સાચું કહું તો મને તો 10 ટકાનો આ આંકડો પણ વધારે લાગે છે. પણ જો તમે વિચાર કરશો, તો તમને તમારા સંગઠનમાં કોઈ ને કોઈ એવી વ્યક્તિ ચોક્કસ દેખાશે, જે બાબતોને બગડવા દેતી નથી અને સામાન્ય વાતચીતની આક્રમકતા અને એ વધારાની જવાબદારીઓને વધવા નહીં દેતી હોય, જે આપણા પર બોજ બની શકે. બની શકે કે એ વ્યક્તિને સંગઠનમાં બધા જ પસંદ ન કરતા હોય – લોકો તમને પસંદ કરે, એ ઈચ્છા જ નાટકીય ત્રિકોણના 'રક્ષક'ની આ પ્રતિક્રિયાને સંચાલિત કરે છે કે 'હા, હું એ કાર્ય કરી દઈશ.' – પણ પૂરી શક્યતા છે કે તે એક વરિષ્ઠ, સફળ અને સમ્માનનીય વ્યક્તિ હશે.

અને તે એટલા માટે સફળ અને સમ્માનનીય વ્યક્તિ છે કારણ કે તે તરત 'હા' નથી કહેતી પરંતુ 'હા' કહેવામાં તમારા કરતાં પણ વધારે સમય લે છે.

જ્યારે 'ના' કહેવાનું મુશ્કેલ હોય ત્યારે 'ના' કેવી રીતે કહેશો (ભાગ 2)

કોઈ વસ્તુને 'ના' કહેવાનું થોડું વિચિત્ર હોય છે કારણ કે વાસ્તવમાં તમે જ્યારે કોઈ વસ્તુને નહીં પણ કોઈ વ્યક્તિને 'ના' કહેતા હો છો, જેનાથી આ જોખમ વધી જાય છે કે તેની આશાઓ તૂટી જશે, એ નારાજ થઈ જશે અને તેને લાગશે કે તમે તેને નિરાશ કરી દીધો.

બીજાને મદદ કરવા સાથે જોડાયેલું એક મહત્ત્વપૂર્ણ રહસ્ય છે – જેની જાણકારી મને એક અલગ સંદર્ભમાં 'શેતાનીનું કોચિંગ' વિષય પર થઈ રહેલી ચર્ચા દરમિયાન મળી. આ રહસ્ય છે – ત્રીજું બિંદુ બનવું એટલે એક એવી વસ્તુની ઓળખ કરવી, જેને તમે 'ના' કહી રહ્યા છો પણ આ વસ્તુ કોઈ વ્યક્તિ ન હોવી જોઈએ. જે રીતે કોઈની વિનંતીને કાગળના એક ટુકડા પર કે કોઈ ચાર્ટ પર નોંધી

લેવું અને પછી તેની તરફ ઈશારો કરી કહેવું,'મને લાગે છે કે મારે તેના માટે 'ના' કહેવી પડશે.' 'મને લાગે છે કે મારે તમને 'ના' કહેવી પડશે એવું વાક્ય કહેવાને બદલે આ વાક્ય ક્યાંય સારું છે.

વ્યક્તિને 'હા' કહો પણ કાર્યને 'ના' કહી દો.

અન્ય પાંચ રણનીતિક પ્રશ્ન

રણનીતિના વિષય પર ઢગલાબંધ પુસ્તકો ઉપલબ્ધ છે અને તેમાંથી મોટાભાગના એવા છે, જેના પ્રત્યે આંખ આડા કાન કરવા જ સારું છે. પણ જો તમે ખરેખર આ વિષય પર કોઈ પુસ્તક વાંચવા ઈચ્છો છો, તો હું રોજર માર્ટિન અને એ.જી.લેફલીનું જાણીતું પુસ્તક 'પ્લેઈંગ ટુ વિન'ની ભલામણ કરીશ. લેફલી પ્રોક્ટર એન્ડ ગેમ્બલના સીઈઓ હતા અને તેમના કાળમાં કંપનીએ સફળતાના નવા કીર્તિમાન સ્થાપિત કર્યા. સીઈઓ તરીકે લેફલીનું કામ એટલું સફળ રહ્યું કે પહેલો કાર્યકાળ પૂરો થયા પછી તેમને બીજા કાર્યકાળ માટે બોલાવી લેવામાં આવ્યા. જ્યારે માર્ટિન એક સફળ લેખક હોવાની સાથે ટોરંટો યુનિવર્સિટીના રોટમેન સ્કૂલ ઓફ મેનેજમેન્ટના ડીન પણ રહી ચૂક્યા છે. માર્ટિન, લેફલીના સૌથી ભરોસાપાત્ર સલાહકાર હતા. તેમણે રણનીતિના વિષયને પાંચ એવા મુખ્ય પ્રશ્નોમાં વહેંચ્યા જેનો જવાબ આપવો જરૂરી છે. આ પાંચેય પ્રશ્નએ કર્મચારીઓ અને ટીમથી માંડીને અબજો ડૉલરના જટિલ અને વૈશ્વિક સંગઠન જેવી બાબતોને સમાવી લીધી હતી.

પણ આ પ્રશ્ન રૈખિક નથી. આમાંથી કોઈ એકનો જવાબ આપવો, પછીના પ્રશ્નના જવાબને (અને કદાચ પાછલા પ્રશ્નના જવાબને પણ) પ્રભાવિત કરી શકે છે. આ પ્રક્રિયાની અસલી શક્તિ દરેક પ્રશ્ન પર વારંવાર કામ કરવા અને પોતાના જવાબોને સરેખિત કરવામાં છુપાયેલી હોય છે. ડ્વાઈટ ડી.આઈઝેનહાવરે કહ્યું હતું કે 'યોજનાઓ કોઈ કામની નથી હોતી, પરંતુ યોજનાબદ્ધ રીતે કામ કરવું અનિવાર્ય છે.' એક કથન ભલે જરા કઠોર હોય પરંતુ તેમાં કોઈ બેમત નથી કે આ પ્રશ્ન તમને યોજનાબદ્ધ રીતે કામ કરવા માટે મજબૂર કરી દે છે. આ રહ્યા તે પાંચ પ્રશ્ન –

આપણી જીતની આકાંક્ષા શું છે ? – પોતાની પસંદને જીત સ્વરૂપે જાહેર કરવાથી તમારી પાસે એ વિકલ્પ જ રહી જતો નથી કે તમે સરેરાશ દર્જાનું કામ કરો. જો તમે ખરેખર જીત મેળવવા ઈચ્છો છો તો તમને જાણ હોવી જોઈએ કે તમે કઈ રમત રમી રહ્યા છો અને કોની સાથે (અને કોની વિરુદ્ધ) રમી રહ્યા છો. તમે દુનિયા પર કેવો પ્રભાવ પાડવા ઈચ્છો છો ?

આપણે ક્યાં રમીશું ?– સમુદ્રમાં ઉભરો લાવવા જેવી કોઈ અશક્ય મહાત્ત્વાકાંક્ષા રાખવી ભાગ્યે જ ક્યારેક તમને સફળ બનાવી શકે. તેથી એક વિશિષ્ટ ક્ષેત્ર, સ્થાન, ઉત્પાદન, માધ્યમ અને ગ્રાહક સમૂહની પસંદગીથી તમને પોતાના સંસાધનોને એક નિશ્ચિત દિશામાં કેન્દ્રિત કરવાની તક મળે છે.

આપણે કેવી રીતે જીતીશું ? – તમારી અને બીજાની વચ્ચે એ ક્યું અંતર છે જેનો તમે બચાવ કરી શકો છો અને જે તમારા અને તેમની વચ્ચેના અંતરને ઘટાડી શકે છે.

કઈ ક્ષમતાઓ હોવી જોઈએ ? – માત્ર એ જાણવું જ અગત્યનું નથી કે તમારે શું કરવાની જરૂર છે બલકે તમારે એ પણ જાણવું પડશે કે તે તમારી તાકાત કેવી રીતે બનશે.

કઈ પ્રબંધન પ્રણાલીઓની જરૂર છે ? – વસ્તુઓનું આકલન કરવું તો સહેલું હોય છે પણ એ શોધવું ઘણું મુશ્કેલ છે કે તમે કઈ વસ્તુઓનું આકલન કરવા ઈચ્છો છો, જે ખરેખર મહત્ત્વની છે.

કોઈ શોધમાં લાગ્યા હોવું અને એક એવી વ્યક્તિ બનવામાં વધારે અંતર નથી, જે પ્રશ્ન પૂછે છે.

- સૈન કીન

પ્રશ્નોની પાછળનો પ્રશ્ન આપણો રણનીતિક પ્રશ્ન છે, જો તમે આ માટે ખરેખર 'હા' કહો છો, તો પછી શું થશે, જેના માટે તમે 'ના' કહેશો. આને માર્ટિન અને લેફલી આપણી સામે કંઈક આ પ્રકારે મૂકે છે – 'યાદ રાખો કે રણનીતિનો અર્થ છે કે એવા વિકલ્પોની

પસંદગી, જેમ તમને જીત અપાવે. આ પાંચ વિશિષ્ટ વિકલ્પોનો એક સમન્વિત અને એકીકૃત સમૂહ છે. જ્યારે તમે પોતાની રણનીતિને પરિભાષિત કરો, તો નક્કી કરો કે તમે શું કરશો અને શું નહીં કરો.' એચપીની સીઈઓ મેગ વ્હાઈટમેન (જે પ્લેઈંટ ટુ વિનની એટલી મોટી પ્રશંસક છે કે તેમણે દરેક મેનેજરને આ પુસ્તક વાંચવાનો નિર્દેશ આપ્યો.) આને કંઈક આ રીતે આપણી સામે મૂકે છે – 'આ પ્રક્રિયા મુશ્કેલ સોદા પૂરા કરવા માટે લાચાર કરી દે છે.'

પોતાની નવી આદતનું અહીં નિર્માણ કરો

જ્યારે આવું થાય....

એ ક્ષણોને, લોકોને અને શક્યતઃ એ ભાવનાઓને પણ કાગળ પર લખવી, જે તમારું ટ્રિગર છે.

અહીં તમારું ટ્રિગર છે એ જોવું કે કર્મચારી વધારાની જવાબદારી લઈને પોતાના કામના બોજને જરૂર કરતાં વધારે વધારી રહ્યા છે. અથવા પછી જ્યારે તે સંભવિત મુશ્કેલીઓથી ગભરાઈને કોઈ વિકલ્પની પસંદગી ન કરે બલકે દરેક વસ્તુ માટે 'હા' કહીને બધું ગરબડ કરી દે. અથવા પછી જ્યારે પ્રોજેક્ટની ગતિ ખૂબ ઝડપી હોય અને તમને સતત એવા પરિવર્તન થતા દેખાતા હોય, જેને નિયંત્રિત કરવા મુશ્કેલ હોય. ટૂંકમાં કહીએ તો, જ્યારે પણ કોઈ વ્યક્તિ કશુંક નવું કરવાનો નિર્ણય લઈ રહી હોય તો તે તમારું ટ્રિગર છે.

તો આ કરવાને બદલે....

પોતાની એ જૂની આદતને સ્પષ્ટતાની સાથે કાગળ પર લખવી, જેને તમે છોડવા ઈચ્છો છો. આ પ્રશ્નની બાબતે, આ તમને અંદર બેઠેલા સલાહના દાનવને વશમાં કરવા સાથે જોડાયેલો હોઈ શકે છે.

જ્યારે તમે જુઓ કે પોતાની ક્ષમતાની સીમાઓની અવહેલના કરતા તમે વધારાના કાર્ય હાથમાં લઈ રહ્યા છો, તો સમજી જાઓ કે તમે એકવાર ફરી રક્ષકની ભૂમિકામાં (જ્યાં તમે સામેવાળી વ્યક્તિને

ખુશ રાખવાના ઉદ્દેશથી દરેક વસ્તુ માટે 'હા' કહી દો છો) અથવા પછી પીડિતની ભૂમિકામાં (જ્યારે તમને લાગે છે કે તમારી પાસે 'હા' કહેવા સિવાય બીજો કોઈ વિકલ્પ નથી) માં આવી ગયા છો અને તમારે આમાંથી નીકળવાનું છે.

હું આ કરીશ...

પોતાની નવી આદતનું વર્ણન કરવું.

તાત્કાલિક કામ શરૂ કરીને તેના બોજ હેઠળ દબાવાથી બચો અને પૂછો, 'આ 'હા' ને ઠોસ બનાવવા માટે તમે કઈ બાબતને 'ના' કહેશો '

બોક્સ ઑફ ક્રેયોન્સ લેબ તરફથી

ડેનિયલ કાનમેનએ 2002માં મૂલ્યાંકન કરવું અને નિર્ણય લેવાના મનોવિજ્ઞાનમાં પોતાના યોગદાન માટે અર્થશાસ્ત્રનું નોબેલ પારિતોષિક મેળવ્યું હતું. તેમના આ કાર્યક્ષેત્રને સામાન્ય ભાષામાં વ્યવહારિક અર્થશાસ્ત્ર કહેવાય છે. કાનમેને પોતાના પુસ્તક 'થિંકિંગ, ફાસ્ટ એન્ડ સ્લો' માટે પણ ઘણા જાણીતા છે. જેમાં તેમણે જણાવ્યું કે આપણા નિર્ણય લેવાની બે પ્રક્રિયાઓ હોય છે – પહેલી છે, તેજ, સહજ અને અંતઃભાવનાથી નિર્ણય લેવાની પ્રક્રિયા અને બીજી છે, ધીમી અને અપેક્ષાકૃત વધારે તર્કસંગત પ્રક્રિયા. ઝડપથી વિચાર કરવાન રીત ખૂબ શ્રેષ્ઠ અને સટીક હોય છે – પરંતુ હંમેશા નહીં. અને ઉપથી આપણા ઘણા કૉગ્નીટિવ બાયસ (સંજ્ઞાનાત્મક પૂર્વાગ્રહ) પણ હોય છે, જેના કારણે આપણે ઘણીવાર ખોટા નિર્ણય લઈ લઈએ છીએ. પરંતુ રણનીતિક પ્રશ્નની મદદથી આપણે એમાંના ઓછામાં ઓછા બે પૂર્વગ્રહોથી બચી શકીએ છીએ.

પહેલો પૂર્વગ્રહ છે, યોજનાનો ભ્રમ જેનો સાર એ છે કે કોઈ કામને પૂર્ણ કરવામાં આપણને કેટલો સમય લાગશે, તેનો યોગ્ય અંદાજ લગાવવાના મામલામાં આપણે તદન ખોટા હોઈએ છીએ. આવું એટલા માટે થાય છે કારણ કે આપણે પોતાની ક્ષમતાઓને જરૂર કરતાં વધારે આંકી લઈએ છીએ અને પોતાના આ ભ્રમિત

આકલનને સાચું માની બેસીએ છીએ. આપણને લાગે છે કે આપણે પોતાના સામર્થ્યથી ક્યાંય વધારે કામ કરી શકીએ છીએ, રણનીતિક પ્રશ્ન આપણને આપણી ક્ષમતાઓ અને સામર્થ્યની બાબતે યથાર્થવાદી બનાવે છે, જેનાથી આપણને એ સમજવામાં મદદ મળે છે કે આપણા માટે શું કરવું શક્ય છે અને શું નહીં.

બીજા પૂર્વગ્રહને પ્રોસ્પેક્ટ થિયરીના નામે ઓળખવામાં આવે છે, જે દર્શાવે છે કે ફાયદો અને નુકસાનને સમાન રીતે માપી શકાય નહીં. 100 ડૉલર કમાવવાનું જેટલું સારું લાગે છે, 100 ડૉલર ગુમાવવાનું તેના કરતાં ક્યાંય વધારે ખરાબ લાગે છે. આ પૂર્વાગ્રહનું એક પરિણામ એ છે કે એકવાર જ્યારે આપણે કશુંક મેળવી લઈએ છીએ ત્યારે આપણે તેને ગુમાવવાથી બચવા ઈચ્છીએ છીએ એટલું જ નહીં તેને જરૂર કરતાં વધારે મૂલ્યવાન પણ માનવા લાગીએ છીએ. રણનીતિક પ્રશ્ન પૂછવાથી એ સ્પષ્ટ થઈ જાય છે કે આપણે શું બચાવી રાખવાનો પ્રયત્ન કરી રહ્યા છીએ જેથી સમજી શકીએ કે તે શું છે, જે ખરેખર બચાવી રાખવા લાયક છે અને તે શું છે, જેને આપણે છોડવાની જરૂર છે.

પ્રશ્નનો માસ્ટરક્લાસ ભાગ 7

તમને જે જવાબ મળે તેનો સ્વીકાર કરો

કેનેડિયન ગાયિકા કાર્લી રે જેપ્સેનનું 2012નું ગીત 'કૉલ મી મેબી' ઘણું જાણીતું થયું. તેના વીડિયો (જેના અંતમાં એક કમાલનો ટ્વિસ્ટ હતો) ને યૂટ્યૂબ પર 700 મિલિયન વાર જોવાઈ ચૂક્યો છે. સાથે જ આ ગીત-સંગીતના પ્રાચીન રૂપ કૉલ એન્ચ રિસ્પોન્સના સૌથી તાજા ઉદાહરણોમાંથી એક છે. આ ગીતમાં કાર્લી રે ગાય છે ('હે, આઈ જસ્ટ મેટ યૂ) અને તેના રિસ્પોન્સ (પ્રતિક્રિયા) માં ક્યૂ વાયોલિન વાગે છે. કાર્લી રે પછી ગાય છે ('એન્ડ ધિસ ઈઝ ક્રેઝી') અને એકવાર ફરી રિસ્પોન્સમાં વાયોલિન વાગે છે. તમે આ પેટર્નને જાણીતા અમેરિકન ગાયક મડી વોટર્સના ક્લાસિક ગીત 'મૈનિશ બોય'થી માંડીને અમેરિકન લોક સંગીત અને બ્લૂજ (સંગીતની એક વિશેષ શૈલી, જેનો જન્મ અમેરિકાના સુદૂર દક્ષિણમાં આફ્રિકી-અમેરિકન સમુદાયમાં થયો) માં પણ જોઈ શકો છો.

હવે તમે પોતાની અંદર બેઠેલા સલાહના દાનવથી પૂર્ણપણે પરિચિત છો. સાથે જ તાત્કાલિક સલાહ આપવાને બદલે પોતાનું ધ્યાન પ્રશ્નો પર કેન્દ્રિત રાખો છો. આ માટે તમે વાહવાહીના હકદાર છો. હવે તમે પણ કૉલ એન્ડ રિસ્પોન્સ શૈલી અપનાવી લો. સામેની વ્યક્તિનો જવાબ સાંભળી 'અને બીજું કશું ' પ્રશ્ન પૂછતાં પહેલા તેના જવાબને સ્વીકાર કરવો અને એ દર્શાવવાનું ન ભૂલશો કે તમે તેનો જવાબ ધ્યાનથી સાંભળ્યો છે.

તમને વધારે કશું કહેવાની જરૂર નથી.

આનો ઉદ્દેશ લોકોનું આકલન કરવું નહીં બલકે તેમને પ્રોત્સાહિત કરવાનો છે.

સાથે જ એ દર્શાવવું કે સામેની વ્યક્તિએ જે કહ્યું, તમે તેને ધ્યાનપૂર્વક સાંભળ્યું છે.

મારા કેટલાક પસંદગીના જવાબ આ પ્રમાણે છે –

- ખૂબ સરસ ! શું વાત છે ! મને આ ગમ્યું.
- ઉત્તમ. સારું, આ તો ખૂબ સારી વાત છે. હમ્મ.

<u>આ રહી તમારી નવી આદત</u>

જ્યારે આવું હોય.....

જ્યારે સામેની વ્યક્તિ મારા કોઈ પ્રશ્નનો જવાબ આપે....

તો આ કરવાને બદલે....

તાત્કાલિક એક બીજો પ્રશ્ન પૂછવાને બદલે....

હું આ કરીશ....

હું આમ કહીને તેના જવાબનો સ્વીકાર કરીશ કે 'સારું, આ તો ખૂબ સારી વાત છે.'

શીખવાનો પ્રશ્ન

આમાં તમે જાણશો કે કોઈ વાતચીતને કઈ રીતે પૂર્ણ કરવામાં આવે કે તેના અંતમાં તમે એક જીનિયસ લાગો

લોકો કેવી રીતે શીખે છે

એક મેનેજર અને એક લીડર તરીકે તમે ઈચ્છો છો કે લોકો પોતાનું કામ પૂર્ણ કરે. પરંતુ તમે તેમની પાસેથી માત્ર આટલું જ નહીં બલકે બીજું પણ ઘણું ઈચ્છો છો. તમે ઈચ્છો છો કે તે શીખે જેથી વધારે સક્ષમ, વધારે આત્મનિર્ભર અને વધારે સફળ બની શકો. અને સારી વાત એ છે કે તે પણ એ જ ઈચ્છે છે.

પરંતુ શીખવાની પ્રક્રિયામાં લોકોની મદદ કરવાનું મુશ્કેલ હોય છે. ક્યારેક-ક્યારેક તો લાગે છે કે તમારા ઘણી વખત જણાવ્યા અને સમજાવ્યા પછી પણ તે બાબત તેમને સમજાતી નથી, જે તમે તેમને શીખવવાનો પ્રયત્ન કરી રહ્યા છો. તેનું કારણ આ છે –

તમારા જણાવવા કે સમજાવવાથી લોકો કશું શીખતા નથી.

અને તે કોઈ કામ કરતા-કરતા પણ શીખતા નથી.

બલકે તે માત્ર ત્યારે શીખવાનું શરૂ કરે છે, તેમના મગજમાં નવા ન્યૂરલ પાથવે (તંત્રિકા પથ) માત્ર ત્યારે બનવાના શરૂ થાય છે, જ્યારે તેમને હાલમાં જ થયેલી કોઈ બાબત યાદ કરવા અને તેના પર વિચાર કરવાની તક મળે છે.

શીખવાનો પ્રશ્ન – 'તમારા માટે સૌથી ઉપયોગી શું હતું ?'

શિક્ષણના ક્ષેત્ર સાથે જોડાયેલા ક્રિસ અર્ગિરિસ એ લગભગ ચાલીસ વર્ષ પહેલા આના માટે એક શબ્દ આપ્યો હતો – ડબલ-લૂપ લર્નિંગ. જો કોઈ સમસ્યાને ઉકેલવાનો પ્રયત્ન કરવો એ જો પહેલું લૂપ છે તો સમસ્યા વિશે 'શીખવાની એક ક્ષણ' તૈયાર કરવી એ બીજો લૂપ છે. આ બીજા લૂપમાં જ લોકોને નવી અંતદૃષ્ટિ મળે છે. અહીં નવા સંબંધ રચાય છે અને 'અહા !'ની અનુભૂતિ કરાવનારી ક્ષણોનો અનુભવ થાય છે.

એક મેનેજર અને એક લીડર તરીકે તમારું કામ છે, લોકો માટે એક એવું સ્થાન તૈયાર કરવામાં મદદ કરવી, જ્યાં તે શીખનારી ક્ષણોનો અનુભવ કરી શકે.

અને આવું કરવા માટે તમારે એક એવા પ્રશ્નની જરૂર છે, જે આ ડબલ-લૂપ લર્નિંગને સંચાલિત કરે. અને આ પ્રશ્ન છે – 'તમારા માટે સૌથી ઉપયોગી શું હતું ?'

શીખવાનું તંત્રિકા વિજ્ઞાન

જો તમે શીખવા અને પ્રગતિ કરવા જેવી બાબતોમાં થોડી પણ સમજ ધરાવો છો, તો તમે જાણતા હશો કે સૌથી મોટી સમસ્યા છે, માહિતીઓને યાદ રાખવી. મોટાભાગના લોકો કોર્પોરેટ ટ્રેનિંગના ક્લાસમાંથી બહાર નીકળતાની સાથે જ લગભગ એ બધું જ ભૂલી જાય છે, જે તેમને ત્યાં શીખવવામાં આવ્યું હતું. અને લગભગ એક અઠવાડિયા પછી તો તે બધું માત્ર એક ધૂંધળી યાદ બનીને રહી જાય છે, ભલે ત્યાં ગમે તેટલી ગહન અંતદૃષ્ટિ આપવામાં આવી હોય. ત્યાં જો તમે એવા કોઈ ક્લાસમાં શીખનારને બદલે શીખવનાર તરીકે ગયા હો અને એ માટે તમને બે-ત્રણ દિવસનો સમય મળ્યો હોય, ત્યારે પણ કદાચ તમે એવો જ અનુભવ કર્યો હશે. તમે બીજાને શીખવવા માટે જે કંઈ પણ તૈયાર કરીને ગયા હશો, ક્લાસમાં ગયા પછી ઘણું ઓછું એવું હશે, જે તમને યાદ રહ્યું હોય.

પણ હવે આપણે જાણીએ છીએ કે શીખવાના અનુભવને હજુ વધારે સફળ કેવી રીતે બનાવવામાં આવે. તેનું શ્રેય ન્યૂરોસાયન્સ (તંત્રિકાવિજ્ઞાન) અને સાઈકોલોજી (મનોવિજ્ઞાન) ને જાય છે. કોઈ બાબતને લાંબા સમય સુધી યાદ રાખવા પાછળ સક્રિય ચાર મુખ્ય તંત્રિકા સંબંધિત કારકોને સમજવા માટે જૉન ડેવિસ અને ન્યૂરોલીડરશિપ ઈન્સ્ટિટ્યૂટના તેમના સહયોગીઓએ એજીઈએસ મોડલ તૈયાર કર્યું હતું. અહીં એજીઈએસનો અર્થ છે અટેંશન (ધ્યાન), જેનરેશન (ઉત્પાદન), ઈમોશન (મનોભાવ) અને સ્પેસિંગ (અંતરાલ). આમાંથી અમારા માટે જે મહત્ત્વપૂર્ણ છે, તે છે જેનરેશન (નિર્માણ) – નવા અને વર્તમાન વિચારોની સાથે જોડાવું (અને વહેંચવું)....ખાસ કરીને જ્યારે આપણે માત્ર ભણવાને બદલે, પોતાનો સમય આપીને પૂરી મહેનતથી પ્રશ્નોના જવાબ શોધીને જ્ઞાન નિર્મિત (અર્જિત) કરીએ છીએ, ત્યારે યાદ રાખવાની આપણી ક્ષમતા વધી જાય છે.

ટૂંકમાં કહીએ તો, એ જ કારણ છે કે સલાહ આપવી એટલી મહત્ત્વની પણ નથી, જેટલી આપણને લાગે છે. માની લો, હું તમને કશું કહું છું, તો આ વાતની શક્યતા ઘણી સીમિત છે કે તે જાણકારી તમારા મગજના હિપ્પોકેમ્પસમાં પહોંચી જશે. હિમ્પોકેમ્પસ તમારા મગજનું એ ક્ષેત્ર છે, જે જાણકારીઓને સ્મૃતિના રૂપમાં સંભાળીને રાખે છે. ત્યાં જ જો હું તમને કોઈ પ્રશ્ન પૂછું છું અને તમે પોતે તેનો એક જવાબ નિર્મિત કરીને જણાવો, તો તેને યાદ રાખવાની શક્યતા ઉલ્લેખનીય રીતે વધી જાય છે.

'શીખવું, ફરી પ્રાપ્ત કરવું'

આની સાથે જ સંબંધિત એક અન્ય અંતદૃષ્ટિ મનોવિજ્ઞાનની દુનિયામાં મળે છે. હું વાત કરી રહ્યો છું, પીટર બ્રાઉન, હેનરી રોએડિગર અને માર્ક મૈક્ડેનિયલના ઉત્કૃષ્ટ પુસ્તક 'મેક ઈટ સ્ટિક-ધ સાયન્સ ઓફ સકસેસફુલ લર્નિંગ'ની. આ ત્રણેય મનોવિજ્ઞાનના વિખ્યાત પ્રોફેસર છે અને તેમણે એ ઉત્કૃષ્ટ રણનીતિઓનો એક ઉપયોગી સારાંશ તૈયાર કર્યો છે, જે શીખવામાં લોકોને મદદ કરે છે. તેમણે જે પહેલી મુખ્ય રણનીતિ વહેંચી છે, તે છે, સૂચનાની

પુનઃપ્રાપ્તિના પ્રભાવનું દોહન. તેમણે ખૂબ સુંદરતા સાથે આપણી સામે તેને મૂક આપ્યું છે – 'તેમાં સૌથી આવશ્યક છે, ભૂલવાની પ્રક્રિયાન બાધિત કરવી.' ભૂલવાનું તરત શરૂ થઈ જાય છે, જો કે વાતચીતના અંતમાં માત્ર એક પ્રશ્ન પૂછીને પણ તમે ભૂલવાને બાધિત કરી શકો છો. પછી તમારે એ નથી કહેવું પડતું કે 'મેં આ વિશે પહેલા ક્યારેય સાંભળ્યું નથી !'

અને જો તમે વધારે મોટો દાવ લગાવવા ઈચ્છો છો, તો કોઈ એવી રીત શોધી શકો છો કે આ પ્રશ્ન વાતચીતના અંતે ઊભો થવાને બદલે વચ્ચે જ ઊભો થાય. આ લેખક ત્રિપૂટી કહે છે, 'વિચારવું, અભ્યાસ કરવાનું જ બીજું રૂપ છે.' તો તેની એક ક્ષણ નિર્મિત કરો અને તમને ડૉન કૉએલનું 'ગહન અભ્યાસ'નું સ્થાન મળી જશે. એક વિકલ્પ છે, પ્રશ્નને ટીમની મીટિંગની શરૂઆતમાં પૂછવો. જ્યારે બીજો વિકલ્પ છે, પ્રશ્ન કર્મચારીઓની સાથે વ્યક્તિગત રીતે થનારી પૂર્વનિર્ધારિત મીટિંગમાં પૂછવો – 'ગઈ વખતે જ્યારે આપણે મળ્યા હતા, ત્યારથી અત્યાર સુધી તમે શું શીખ્યા.' મારો એક નિયમ છે કે હું દરરોજ દિવસના અંતે આઈ-ડન-ધિસ નામની એપનો ઉપયોગ કરું છું. મેં આખો દિવસ શું કર્યું માત્ર તેના જ વિશે લખવાને બદલે હું એક કે બે વાક્ય એ વિશે લખું છું કે હું આખા દિવસમાં શું શીખ્યો અને તેમાંથી કઈ બાબત પર મને સૌથી વધારે ગર્વ છે.

'તમારા માટે સૌથી ઉપયોગી શું હતું ?' પ્રશ્નોની યાદીમાં સૌથી ઉપર શા માટે છે

એવા ઘણા પ્રશ્ન છે, જેને તમે નિર્માણ અને પુનઃપ્રાપ્તિની આ પ્રક્રિયામાં શીખવાની પ્રક્રિયા જોડવા માટે પૂછી શકો છો, જેમ કે – 'તમે શું શીખ્યા ?', 'મુખ્ય અંતદૃષ્ટિ શું હતી ?', 'શું તમે યાદ કરવા ઈચ્છશો ?' અને 'તે શું છે, જેને પ્રાપ્ત કરવું જરૂરી છે ?' આ એવા પ્રશ્ન છે, જે આ મામલામાં સ્પષ્ટ રીતે તમને સહાયક થઈ શકે છે. સાથે જ આ પ્રશ્ન સારા પણ છે.

પણ અન્ય બધા પ્રશ્નોની સરખામણીએ 'તમારા માટે સૌથી ઉપયોગી શું હતું ?' ક્યાંય વધારે સશક્ત અને કારગર પ્રશ્ન છે.

'સૌથી ઉપયોગી શું હતું ?' કમ સે કમ છ પ્રકારે બિલકુલ સટીક કામ કરે છે.

આ પ્રશ્ન માનીને ચાલે છે કે વાતચીત ઉપયોગી રહી હશે

વિંસ્ટન ચર્ચિલે એકવાર કહ્યું હતું કે લોકો ક્યારેક-ક્યારેક લથડાતા સત્ય પર આવીને પડે છે, પરંતુ તેમાંથી મોટાભાગના ઉઠીને પોતાના કપડાંની ધૂળ ખંખેરતા તાત્કાલિક ત્યાંથી નીકળી જાય છે, જાણે ક્યારેય કશું થયું જ ન હોય. આ વાત એ વાતચીતોના સંદર્ભમાં પણ બિલકુલ સાચી છે, જે તમે પોતાની આસપાસના લોકો સાથે કરો છો. તેમની પાસેથી તમને ખાસ્સું જ્ઞાન મળી શકે છે, પણ આ માત્ર ત્યારે જ શક્ય છે જ્યારે તમે જરા થોભીને એક ઊંડી નજર નાખો. જે હાલમાં જ થયું, તેને 'શીખવાનો પ્રશ્ન' એક એવી વસ્તુ તરીકે પ્રસ્તુત કરે છે, જે ખરેખર ઉપયોગી હતું. સાથે જ આ પ્રશ્ન એક એવી ક્ષણ તૈયાર કરી દે છે, જેમાં એ જાણી શકાય છે કે જે થયું, તે અસલમાં શું હતું.

આ પ્રશ્ન એ એક મોટી વસ્તુની ઓળખ કરવાનું કહે છે, જે સૌથી ઉપયોગી હતી

ઓછો ફીડબેક આપવો, વધારે ફીડબેક આપવા કરતાં હંમેશા સારું હોય છે. જો તમે ડઝનભર બાબતોમાં સુધારો કરવા માટે કહેશો, તો કોઈ પણ હેરાન થઈ જશે. જો કે એવી 'એક મોટી બાબત' શોધવી ક્યાંય વધારે પ્રભાવી હોય છે, જે ખરેખર યાદ રાખવા યોગ્ય હોય.

સામાન્ય રીતે આ પ્રશ્ન વાતચીતના એક કે બે મુખ્ય અંશો પર સામેની વ્યક્તિનું ધ્યાન કેન્દ્રિત કરવામાં સહાયક હોય છે.

આપણે પોતાના પ્રશ્નો દ્વારા રચેલી દુનિયામાં રહીએ છીએ.

- ડેવિડ કૂપરરાઈડર

આ પ્રશ્ન વાતચીતને વ્યક્તિગત બનાવી દે છે

પ્રશ્નમાં 'તમારા માટે' જોડવું તેને અમૂર્તથી વ્યક્તિગત અને વસ્તુનિષ્ઠથી વ્યક્તિપરક બનાવી દે છે. આ રીતે તમે લોકોના મગજમાં નવા ન્યૂરલ પાથવે (તંત્રિકા પથ) બનાવવામાં મદદરૂપ થાઓ છો.

અને હા, આ પ્રશ્નને કારણે તમે તેને જણાવો કે તમારા હિસાબે શું ઉપયોગી હોવું જોઈએ તેના બદલે લોકો પોતાની જાતને એ જણાવે છે કે શું ઉપયોગી હતું. અને તમને એ જણાવવું માત્ર એક સારી સલાહ જેવું લાગે છે, તેનાથી વધારે કશું નહીં.

આ પ્રશ્ન તમને ફીડબેક આપે છે

તમને સામેની વ્યક્તિ પાસેથી જે પણ જવાબ મળે, તેને ધ્યાનથી સાંભળો કારણ કે એ માત્ર તેમના માટે જ ઉપયોગી નથી, જે બીજાને કોચ કરે છે બલકે તમારા માટે પણ ઉપયોગી છે. આવું કરવાથી તમને એ માર્ગદર્શન મળશે કે આગલી વખતે તમારે શું કરવાનું છે. સાથે જ તમને એ આશ્વાસન પણ મળશે (જો તમને આશ્વાસનની જરૂર હોય તો) કે તમે સલાહ આપવાને બદલે માત્ર પ્રશ્ન પૂછીને પણ ઉપયોગી સાબિત થઈ રહ્યા છો.

આ પ્રશ્નનો સંબંધ શીખવા સાથે છે, આકલન કરવા સાથે નહીં

તમે જોશો કે તમે એ નથી પૂછી રહ્યા કે 'શું આ ઉપયોગી હતું ?' કારણ કે આ પ્રશ્ન તો 'હા/ના' જવાબનો માર્ગ સાફ કરી દેશે અને તેનાથી કોઈ અંતદૃષ્ટિ પેદા નહીં થાય, આ સીધી રીતે આકલન કરવા જેવું થશે. પણ 'સૌથી ઉપયોગી શું હતું ?' પ્રશ્ન લોકોની વાતચીતમાંથી તે કાઢીને સામે મૂકવા માટે મજબૂર કરી દે છે, જે ખરેખર મૂલ્યવાન છે.

આ પ્રશ્ન લોકોને યાદ અપાવે છે કે તમે તેમના માટે કેટલા ઉપયોગી છો

આખરે વાર્ષિક પ્રદર્શન મૂલ્યાંકનનો સમય આવી જાય છે.

એક કર્મચારી પોતાની કમ્પ્યુટર સ્ક્રીન પર પ્રશ્નાવલી તરફ તાકી રહ્યો છે. તેના માઉસનું કર્સર ઉપરની તરફ ફીડબેક વાળા ભાગ પર અટકેલું છે, જ્યાં આ પ્રશ્ન આપવામાં આવ્યો છે કે 'શું મારા મેનેજર ઉપયોગી સાબિત થઈ રહ્યા છે ?' તે પાછલા એક વર્ષ વિશે વિચાર કરે છે અને તેને એકાએક અહેસાસ થાય છે કે તમારી સાથે થયેલી દરેક વાતચીત તેના માટે ઉપયોગી સાબિત થઈ છે. હવે તે પોતાના મૂલ્યાંકનમાં તમને સૌથી સારા ગુણ આપે છે.

કોચિંગના બુકએન્ડ – ઝડપથી શરૂ અને મજબૂતીથી પૂર્ણ કેવી રીતે કરશો

આ પ્રશ્નની સાથે હવે તમે પ્રશ્નોની એ જોડીને પૂર્ણ કરો છો, જેને કોચિંગ બુકએન્ડના નામે ઓળખવામાં આવે છે.

તમે 'શરૂઆતી પ્રશ્ન'થ શરૂ કરો છો – 'તમારા મનમાં શું ચાલી રહ્યું છે ?'

હળવા ગપ્પા કરવા અને તેના ડેટામાં ગૂંચવાવું, જે ઓછું ઉપયોગી અને ધ્યાન ભટકાવનારું વધારે હોય તેને બદલે આ તમને તાત્કાલિક એ વાતચીત તરફ લઈ જાય છે, જે ખરેખર મહત્ત્વની છે.

જ્યારે તમે પોતાની વાતચીત પૂર્ણ કરવાના હો, ત્યારે બધાના ઉઠી જતાં પહેલાં, તમારે શીખવાનો પ્રશ્ન પૂછવાનો છે – 'આ વાતચીતમાં તમારા માટે સૌથી ઉપયોગી શું હતું ?'

આ પ્રશ્નના જવાબથી ઉપયોગી બાબતો આગળ આવે છે, જ્ઞાન અને સમજ અંદરોઅંદર વહેંચાય છે અને સાથે જ શીખવાનું પણ થઈ જાય છે. એ પછી જો તમે વાતચીતને હજુ વધારે સમૃદ્ધ બનાવવા ઈચ્છો છો – અને સાથે જ વધારે મજબૂત સંબંધ બનાવવા ઈચ્છો છો – તો લોકોને એ જણાવો કે વાતચીતમાં તમને સૌથી વધારે ઉપયોગી શું લાગ્યું. જાણકારીઓનું આ સમાન આદાન-પ્રદાન તમારા અને તેમની વચ્ચેના સામાજિક અનુબંધને વધારે સશક્ત બનાવી દે છે.

પોતાની નવી આદતનું અહીં નિર્માણ કરો

જ્યારે આવું થાય.....

એ ક્ષણોને, લોકોને અને સંભવતઃ એ ભાવનાઓને પણ કાગળ પર લખવી, જે તમારો ટ્રિગર છે.

આ પ્રશ્ન કોચિંગ બુકએન્ડનો બીજો ભાગ છે તેથી તમારું ટ્રિગર છે, વાતચીતનો અંત – પછી ભલે તે વ્યક્તિગત રીતે સામ-સામે થઈ રહેલી વાતચીત હોય કે પછી વર્ચુઅલ વાતચીત હોય, ટીમના સભ્યની સાથે હોય, સહકર્મીની સાથે હોય, બૉસની સાથે હોય, ટીમની મીટિંગમાં હોય, કોઈ ભાષણ આપ્યા પછી હોય, કોઈ વર્તમાન ગ્રાહકની સાથે હોય કે સંભવિત ગ્રાહકની સાથે હોય. અને જો એ સમયે તમારા મનમાં કંઈક આવો વિચાર ચાલી રહ્યો છે, 'હે ભગવાન ! આ વાતચીત તો પૂરી થઈ ગઈ !' તો સમજી જાઓ કે યોગ્ય સમય આવી ગયો છે.

તો આ કરવાને બદલે.....

પોતાની એ જૂની આદતને સ્પષ્ટતાની સાથે કાગળ પર લખવી, જેને તમે છોડવા ઈચ્છો છો.

વિલિયમ શેક્સપિયરના નાટક 'ધ વિંટર્સ ટેલ'માં વિશ્વનું સૌથી જાણીતું સ્ટેજ ડાયરેક્શન કંઈક આ રીતે છે – 'બહાર નીકળવું, રીંછ (ભાલુ)ને ખસેડવું.' એવું લાગે છે કે મોટાભાગની વાતચીતો પણ આ જ રીતે પૂરી થાય છે. આ વાતચીતોમાં તમે શીખવાનો પ્રશ્ન પૂછવાને બદલે, પોતાની વાતને વિરામ આપી દો છો, લોકોને કહો છો કે તે કેટલા સારા છે અને પછી એ ચિંતા કરવા લાગે છે કે આગલી મીટિંગમાં શું થવાનું છે કારણ કે આ મીટિંગ લાંબી ચાલવાને કારણે, તમારી આગલી મીટિંગ માટે મોડું થઈ રહ્યું છે. તેથી એ યાદ રાખો કે દરેક તે ગતિવિધિ, જે અહા ! ની અનુભૂતિ કરાવનારી ક્ષણ તૈયાર કરવા અને જે ખરેખર મૂલ્યવાન છે, તેને કાઢીને સામે મૂકવામાં નિષ્ફળ રહેતી હોય, તેમાં તમારે ભાગ લેવાનો નથી.

હું આ કરીશ....

પોતાની નવી આદતનું વર્ણન કરવું.

તમે આના વિશે અગાઉથી જ જાણો છો. 'તો અહીં તમારા માટે સૌથી ઉપયોગી શું હતું ?' અથવા 'આ વાતચીતમાં તમને સૌથી મૂલ્યવાન શું લાગ્યું ?' અથવા 'અહીં સૌથી કારગર શું રહ્યું ?' અથવા પછી કોઈપણ એવો પ્રશ્ન, જે લોકોને વાતચીતના મૂલ્યવાન પાસાઓ અને શીખવા વિશે વિચાર કરી તેમાં સ્પષ્ટતા લાવવાનું કહે છે.

બોક્સ ઓફ ક્રેયોન્સ લેબ તરફથી

મેં આ પ્રકરણમાં જ્ઞાનની પુનઃપ્રાપ્તિમાં સુધારણાનું વિજ્ઞાન વહેંચ્યું છે. તેથી મેં મારી સંશોધક લિંડસેને એ વિશે કંઈક નવું અને રસપ્રદ શોધવા માટે કહ્યું કે શીખવાનો પ્રશ્ન આટલો કારગર કેમ છે ? અને તે મને એક નવીન બાબત તરફ લઈ ગઈ – કોલોનોસ્કોપી.

આગળની જાણકારી પીક-એન્ડ નિયમ પર ડેનિયલ કાનમેનના એક નવા રિસર્ચથી સામે આવી છે. ટૂંકમાં કહીએ તો, તો કોઈ અનુભવના સૌથી સકારાત્મક (અથવા સૌથી નકારાત્મક) પાસુ અને તેના અંતિમ ક્ષણો પર એ વાતનો ઊંડો પ્રભાવ પડે છે કે આપણે એ અનુભવનું મૂલ્યાંકન કેવી રીતે કરીશું. જ્યારે તમે કોઈ અનુભવને એક સફળ બિંદુ પર પૂર્ણ કરો છો, તો એ બિંદુથી પહેલાના બધો અનુભવ તમને હજુ વધારે સારો દેખાવા લાગે છે.

લોકોએ આ સિદ્ધાંતનું પરીક્ષણ ઘણી નવી રીતે કર્યું છે, જેમાં સૌથી ગહન હતું, કોલોનોસ્કોપી. એક અભ્યાસમાં કેટલાક દર્દીઓની પારંપરિક કોલોનોસ્કોપી કરવામાં આવી જ્યારે બાકીના દર્દીઓ પર અન્ય સંશોધિત પદ્ધતિઓ અજમાવવામાં આવી. જે દર્દીઓની કોલોનોસ્કોપીનો ગાળો લગભગ એક મિનિટ વધારવામાં આવ્યો, પરંતુ જેમણે પ્રક્રિયાની અંતિમ ક્ષણોમાં ઓછી પીડાનો અનુભવ કર્યો, તેમણે પાછળથી તેને યાદ કરતા જણાવ્યું કે તેમને 10 ટકા ઓછી પીડાનો અનુભવ થયો. સાથે જ તેમણે આ પદ્ધતિને અન્ય પ્રતિકૂળ

અનુભવોથી ઓછી તકલીફદાયક જણાવી. આ પદ્ધતિ માટે ફરીથી આવવાની આ દર્દીઓની શક્યતા પણ 10 ટકા વધારે રહી.

'અહીં તમારા માટે સૌથી ઉપયોગી શું હતું ?' પ્રશ્ન કોઈ વાતચીતને પૂર્ણ કરવાની એક સશક્ત અને સકારાત્મક રીત છે. આ રીતે તમે લોકોને એ વાતચીતમાં રહેલી શીખવાલાયક વસ્તુને જોવા અને તેને અપનાવવામાં મદદ કરો છો. સાથે જ વાતચીતને 'આ ઉપયોગી હતું' બિંદુ પર પૂર્ણ કરીને તમે તેમના માટે આ અનુભવને સરખામણીએ વધારે સકારાત્મકતાની સાથે યાદ કરવાનો માર્ગ પણ ખોલી દો છો.

પ્રશ્નનો માસ્ટરક્લાસ ભાગ 4

પ્રશ્ન પૂછવા માટે દરેક માધ્યમનો ઉપયોગ કરો

હવે આપણે પુસ્તકના અંતિમ ભાગમાં છીએ. અત્યાર સુધીમાં તમે સમજી ગયા હશો કે આ પુસ્તક શાના વિશે છે. તમે જે લોકોનું પ્રબંધન કરો છો, જેમને પ્રભાવિત કરો છો અથવા જેમની સાથે હળો-મળો છો, તમારે તેમની સાથે વાતચીત કરવાની પોતાની રીત બદલવાની છે. આ માટે તમે વાતચીત કરતી વખતે પોતાની જિજ્ઞાસા જાળવી રાખશો, પોતાની અંદર બેઠેલા સલાહના દાનવ પર લગામ મૂકી રાખશો અને લોકોને પોતાનો આગળનો માર્ગ જાતે શોધવામાં મદદ કરશો. સાથે જ જો આ દરમિયાન તેમને સલાહ આપવાની હોય અથવા પોતાની સમજને તેમની સાથે વહેંચવાની હોય, તો યોગ્ય સમયે અને યોગ્ય માત્રામાં વહેંચશો.

તેમ છતાં આપણા જીવનનો એક મોટો ભાગ સ્ક્રીનની સામે, કી-બોર્ડ પર આંગળીઓ ફેરવતા, ઈ-મેઈલ, ઈન્સ્ટન્ટ મેસેજ, ટેક્સ્ટ મેસેજ મોકલવામાં, ફેસબુક સ્ટેટસ મૂકવામાં અને ટ્વિટ કરવામાં વીતે છે. (અહીં સાથે-સાથે એ ઢગલાબંધ ઈલેક્ટ્રોનિક માધ્યમોના નામ પણ જોડી લો, જેનો તમે હાલમાં કોઈ ને કોઈ રીતે ઉપયોગ કરી રહ્યા છો.)

આ સાત મુખ્ય પ્રશ્ન સામ-સામેની વાતચીતમાં જેટલા કારગર છે, એટલા જ કારગર આ સંચાર માધ્યમો દ્વારા થનારી વાતચીતમાં પણ છે.

તેનો અર્થ એ થયો કે આનાથી તમારા માટે ઘણું બધું બદલાઈ

શકે છે. હવે જ્યારે પણ તમને કોઈ લાંબો ઈ-મેઈલ મળશે, તો તમે તેની સાથે કામ પૂરું પાડવા માટે પહેલેથી જ તૈયાર હશો. જ્યારે અગાઉ તમને આવો કોઈ લાંબો ઈ-મેઈલ મળતો હતો, ત્યારે તમે ઠંડો નિઃશ્વાસ છોડી રહી જતા હતા, પ્રતીકાત્મક રીતે પોતાની બાંયો ચડાવી લેતા હતા અને પછી તેનો એક લાંબો જવાબ ટાઈપ કરવાનું શરૂ કરતા હતા, જેમાં ઘણા બધા સલાહ-સૂચનો રહેતા. પણ હવે તમે તાત્કાલિક પોતાનું ધ્યાન કેન્દ્રિત કરવા માટે અને પોતાના ઈનબોક્સ પર ઓછો સમય ખર્ચ કરવા માટે આ પ્રશ્નોનો ઉપયોગ કરી શકો છો.

આ પ્રશ્ન લેખિત સ્વરૂપે પૂછવામાં આવતા જેટલા કારગર સાબિત થાય છે, મૌખિક રીતે પૂછતાં પણ એટલા જ કારગર સાબિત થાય છે.

આ રહી તમારી નવી આદત

જ્યારે આવું થાય...

જ્યારે મારી પાસે એક ઈ-મેઈલ આવે, જે મારા સલાહના દાનવને જગાડી દે....

તો આ કરવાને બદલે...

ઉકેલો, નવા વિચારો અને વિસ્તૃત દૃષ્ટિકોણથી ભરપૂર એક લાંબો અને સંપૂર્ણ જવાબ લખવાને બદલે માત્ર એક સલાહભર્યો સંક્ષિપ્ત અને નાનો જવાબ લખવાને બદલે.....

હું આ કરીશ....

હું એ નક્કી કરીશ કે સાત મુખ્ય પ્રશ્નોમાંથી ક્યો પ્રશ્ન સૌથી યોગ્ય હશે અને પછી સામેની વ્યક્તિને ઈ-મેઈલ મોકલીને તે પ્રશ્ન પૂછીશ. આ કંઈક આ રીતે થશે –

‘વાહ ! અહીં તો ઘણું બધું થઈ રહ્યું છે. તમને શું લાગે છે, અહીં તમારા માટે અસલી પડકાર શું છે ?’

'મેં તમારો આખો ઈ-મેઈલ વાંચ્યો. હવે એક કે બે વાક્યોમાં મને એ જણાવો કે તમે શું ઈચ્છો છો ?'

'એક વિસ્તૃત જવાબ મોકલતા પહેલા હું આપને પૂછવા ઈચ્છું છું – અહીં તમારા માટે વાસ્તવિક પડકાર શું છે ?'

નિષ્કર્ષ

પોતાનું અસ્તિત્વ બચાવનારો ?

હું હજુ પણ ઓસ્ટ્રેલિયામાં એક યુનિવર્સિટીનો વિદ્યાર્થી હતો અને અત્યાર સુધી પોતાના શહેરી ભાગ્યને પૂર્ણપણે સ્વીકારી શક્યો નહોતો.

અત્યાર સુધી મને સમજાઈ ગયું હતું કે હું એક શહેરી છોકરો છું. મારા હાથ કોઈ ટાઈપિસ્ટના હાથોની જેમ કોમળ હતા અને મારી અંદર 'બધું જ જાતે કરવું' અથવા પછી 'અસ્તિત્વ બચાવવાનો' કોઈ ગુણ નહોતો.

પણ ત્યારે મને લાગતું હતું કે આ બધા છતાં હું જેસન બોર્ન (બોર્ન સીરિઝની નવલકથાઓ અને ફિલ્મોના તેજ-તર્રાર નાયક, જે જીવલેણ પરિસ્થિતિમાં પણ પોતાને બચાવવાનું હુનર ધરાવે છે) જેવી વ્યક્તિ બની શકું છું. એટલે કે એક એવી વ્યક્તિ જેનું બોડી ફેટ માત્ર 1 ટકા હોય અને જે કોઈ જીવલેણ જગ્યા પર કોઈની મદદ વિના માત્ર ત્રણ-ચાર ડાળખીઓ અને મુઠ્ઠીભર પાંદડાના ભરોસે પણ પોતાને જીવિત રાખી શકતી હોય.

બસ આટલું જ વિચારીને મેં એકલા ત્રણ દિવસના ટ્રેકિંગ પર જવાની યોજના બનાવી. હું પહેલેથી જ હાઈકિંગ કરતો હતો એટલે એવું નહોતું કે હું શું કરી રહ્યો છું તેની મને જાણ નહોતી. અને તેનાથી 10 વર્ષ પહેલા હું બોય-સ્કાઉટનું મેડલ પણ મેળવી ચૂક્યો હતો. તેથી મેં વિચાર્યું કે ભલા આ ટ્રેકિંગ ક્યાં મોટી વાત છે.

વધારે વજનદાર

મારી પીઠ પર જે બેગ લાદેલી હતી, વજનકાંટા પર તો તેનું વજન 40 પાઉન્ડ જ હતું, પણ પીઠ પર લગાવ્યા પછી તે મને ક્યાંય વધારે ભારે લાગતું હતું. હું જાણતો હતો કે આમાં 90 ટકા વજન ફસ્ટ એડ કિટનું છે. વાસ્તવમાં હું એ બાબતે જરા નર્વસ હતો કે ક્યાંક રસ્તામાં મને કોઈ ઈજા ન થઈ જાય કે મારી તબિયત ખરાબ ન થઈ જાય. તેથી મેં સ્વાસ્થ્ય સાથે જોડાયેલી દરેક પ્રકારની સમસ્યાઓ – જેમ કે સાપના ડંખથી માંડીને વીજળી પડવા સુધી –નો સામનો કરવા માટે જરૂરી સામાન મારી બેગમાં મૂકી દીધો હતો.

ઘરથી ત્રણ કલાકની ડ્રાઈવ પછી, હું એ સર્કિટના શરૂઆતના બિંદુ પર પહોંચી ગયો, જ્યાંથી મારે મારી પગપાળા યાત્રા શરૂ કરવાની હતી અને એ સમયે મને ખૂબ સારું લાગી રહ્યું હતું. વાતાવરણ પણ મઝાનું હતું અને તેના બગડવાની પણ કોઈ શક્યતા દેખાતી નહોતી. ત્યાં પાર્કિંગમાં કેટલીક ગાડીઓ પાર્ક કરેલી હતી, જેનો અર્થ હતો કે ટ્રેકિંગ દરમિયાન હું પૂર્ણપણે એકલો નહીં રહું. સાથે જ મેં એના વિશે જે જાણકારી એકઠી કરી હતી, તેના કારણે મને જાણ હતી કે આ ટ્રેક વધારે મુશ્કેલ પણ નથી. બસ મારે ત્રણ દિવસો સુધી એકલા ચાલવાનું હતું.

શરૂઆતમાં રસ્તો બિલકુલ સાફ અને ઘણો પહોળો હતો, પરંતુ પછી તરત જ સાંકડો થવા માંડ્યો અને માત્ર વીસ મિનિટ ચાલ્યા પછી રસ્તો જ પૂર્ણપણે અદૃશ્ય થઈ ગયો. હવે મારી સામે ઘૂંટણ સુધી ઊંચું ઘાસ હતું પણ સારી વાત એ હતી કે મારાથી પહેલાં ત્યાંથી પસાર થયેલા કોઈ ટ્રેકરે એ ઘાસ પર થોડા-થોડા અંતરે ગાંઠો મારી દીધી હતી જેથી પાછા ફરતી વખતે તે માર્ગ ન ભૂલે. બસ ઘાસ પર મારેલી એ ગાંઠો પર નજર રાખીને હું એ જાણી શકતો હતો કે મારે કઈ તરફ જવાનું છે. પણ થોડા સમય પછી તે ગાંઠો પણ દેખાતી બંધ થઈ ગઈ.

સાચું કહું, તો હું પોતાને ભ્રમિત અનુભવતો હતો. નકશા પ્રમાણે રસ્તો પહોળો અને સ્પષ્ટ હોવો જોઈતો હતો, જે સીધો પહાડ સુધી

જતો હતો. ચોક્કસપણે જ નકશો ખોટો હતો. મારો રસ્તો ઊંચાઈ તરફ જવાને બદલે બિલકુલ સમથળ હતો. સાચું કહું, તો ત્યાં કોઈ રસ્તો જ નહોતો અને આગળ વધવા માટે નકશામાં બતાવેલા હતા તેવા કોઈ સ્પષ્ટ સંકેત પણ નહોતા.

હું રસ્તો ચૂકી ગયો હતો.

આગળ જાઉં કે પાછળ ?

હવે મારી પાસે બે વિકલ્પ હતા. પહેલો એ કે હું મારા પગલાં પાછા ખેંચી લઉં અને જે રસ્તે આવ્યો હતો, એ જ રસ્તે પાછો ફરી જઉં. સ્વાભાવિક છે કે એક પુરુષ હોવાને નાતે મને આ વિકલ્પ જરાય સ્વીકાર્ય નહોતો.

બીજો વિકલ્પ દુસ્સાહસ ભર્યો, નીડર અને દિલેરીવાળો હતો – એટલે કે કંઈક હદ સુધી મારા જેવો – જેમાં મારે સીધા ચાલતા પહાડ તરફ જવાનું હતું. એ નક્કી હતું કે જો હું આ વિકલ્પ પસંદ કરૂં છું તો ટૂંક સમયમાં જ બધું પાર કરીને યોગ્ય માર્ગે પહોંચી જઈશ.

મને તે ચઢાણ બરાબર યાદ નથી. બસ મનમાં તેની કેટલીક ઝલક જળવાઈ રહી છે જેમ કે – ઝરણાની લીલથી ઢંકાયેલા પથ્થરો પર જોખમી રીતે પોતાનું સંતુલન જાળવી રાખવું....પેટના જોરે ઘસડાતા જઈ કાંટાળી ઝાડીઓની વચ્ચેથી જગ્યા બનાવી તેને પાર કરવાનો પ્રયત્ન કરવો.....પાર ન કરી શકવા લાયક ઘટાદાર ઝાડી સામે આવતા પાછળ તરફ ઢસડાવું....અને સાથે જ પોતાના બેગને પણ ઢસડવી....ગભરાટ અને એકલાપણાનો ભાવ વધતો જવો....વગેરે.

આખરે હું યોગ્ય રસ્તા પર પહોંચી ગયો. આ એટલો જ પહોળો અને સ્પષ્ટ હતો, જેટલો નકશામાં દર્શાવવામાં આવ્યો હતો. પણ ત્યાં સુધી મારા શરીર પર ઘણા ઘસરકા અને ઈજાઓ થઈ ચૂકી હતી અને હું ખૂબ ખરાબ રીતે થાકી ગયો હતો. મારી કારને પાર્કિંગમાં છોડીને મારે સાત કલાકથી વધારે સમય થઈ ચૂક્યો હતો. મારી શક્તિ જવાબ આપવા માંડી હતી. તેથી મેં ટેટ લગાવીને ત્યાં જ રાત વીતાવવાનો નિશ્ચય કર્યો. એ સાચું છે કે હું સમય કરતાં પહેલા

જ ટેંટ લગાવી રહ્યો હતો, પણ હમણાં તો મારે આરામ કરવા અને સ્વસ્થ થવાની જરૂર હતી.

ટેંટ લગાવ્યા પછી જ્યારે હું મારા માટે ચા બનાવી રહ્યો હતો, ત્યારે મેં જોયું કે એક સાથી ટ્રેકર કાર પાર્કિંગની દિશાથી મારા તરફ જ ચાલતો આવી રહ્યો છે. તે એકદમ તરોતાજા લાગી રહ્યો હતો. મેં તેને બોલાવ્યો. પણ હું તેની સાથે દિવસભરના મારા ખરાબ અનુભવ વિશે વાત કરવા ઈચ્છતો નહોતો. તેથી મેં વાતચીતની દિશા ટ્રેકિંગના એ અનુભવ તરફ વાળી દીધો અને પૂછ્યું કે પાર્કિંગથી અહીં સુધીના માર્ગમાં તેને કેવું લાગ્યું.

'આનો જવાબ આપવો તો થોડો મુશ્કેલ છે', તેણે મને કહ્યું. કારણ કે તેને અહીં સુધી પહોંચવા માટે માત્ર 15 મિનિટ જ ચાલવું પડ્યું હતું.

<u>આ કિસ્સાને કોચિંગની આદત સાથે શું લેવા-દેવા છે ?</u>

હું એક મેનેજર તરીકે પણ કામ કરી ચૂક્યો છું અને એક એવા કર્મચારી તરીકે પણ, જેનો બૉસ એક મેનેજર હતો. મેં મેનેજરોને કોચ પણ કર્યા છે અને મેનેજરોને કોચ બનવાનું પ્રશિક્ષણ પણ આપ્યું છે. મારો અનુભવ કહે છે કે મેનેજરો અને તેમના કર્મચારીઓની વચ્ચે થનારી મોટાભાગની વાતચીતો તેમને બુડવાંગ નેશનલ પાર્કમાં મારા ટ્રેકિંગના કમનસીબ અનુભવ જેવી જ લાગે છે –

- જરૂર કરતાં વધારે બોજ હોવો.
- જરૂર કરતાં વધારે નિશ્ચિતતા. તમે ગંતવ્ય વિશે પણ જાણો છો અને ત્યાં સુધી પહોંચવાનો રસ્તો પણ જાણો છો તેમ માની બેસવું.
- ખૂબ ઝડપથી માર્ગથી ભટકી જવું.
- પાછા યોગ્ય માર્ગ પર આવવા માટે ખૂબ વધારે મહેનત કરવી.
- અને અંતે થાકીને ચૂર થઈ જવું અને પોતાની આશા કરતાં ખૂબ ઓછો માર્ગ કાપી શકવો.

જો આ વિવરણ તમને સાચું લાગતું હોય તો આનાથી તમને પોતાની એક કોચિંગની આદત વિકસિત કરવામાં ઘણી મદદ મળશે. અહીં એ પ્રશ્ન આપવામાં આવ્યા છે, જે મને સૌથી પ્રભાવી લાગે છે અને મને વિશ્વાસ છે કે જો તમે આ સાત મુખ્ય પ્રશ્નોને પોતાની પ્રબંધન તકનીકો અને રોજબરોજની વાતચીતમાં સામેલ કરી લો છો, તો તમે ઓછા પ્રયત્ન કરીને પણ વધારે પ્રભાવી સાબિત થશો અને તમારા કર્મચારી, તમારા બોસ, તમારા કેરિયર અને તમારી ઓફિસથી પર તમારું જીવન આ માટે તમારું આભારી હશે.

પરંતુ અસલી ગુપ્ત હથિયાર છે, જિજ્ઞાસા જાળવી રાખવાની આદત વિકસિત કરવી. પોતાના વ્યવહારમાં જે પરિવર્તન તમને સૌથી વધારે કામ લાગશે, તે આ છે – સલાહ-સૂચન ઓછા, જિજ્ઞાસા વધારે. પોતાના પ્રશ્ન શોધો. પોતાની આગવી રીત વિકસિત કરો. અને સૌથી વધારે મહત્ત્વપૂર્ણ, કોચિંગની પોતાની આદત વિકસિત કરો.

વધારાનો ઉત્કૃષ્ટતાનો ખજાનો

'માય વન બેસ્ટ ક્વેશ્ચન' વીડિયો સીરિઝ

હવે તમે મારા પસંદગીના સાત પ્રશ્નોથી પરિચિત થઈ ચૂક્યા છો. પરંતુ બીજા પણ ઘણા સારા પ્રશ્ન છે, જેના પ્રણેતા અન્ય લોકો છે.

અમે અમારા 'માય વન બેસ્ટ ક્વેશ્ચન' પ્રોજેક્ટ હેઠળ બિઝનેસ લીડરો, એક્ઝિક્યુટિવ કોચો, પ્રતિભાશાળી લેખકો અન પ્રભાવી વિચારોને પ્રોત્સાહન આપનારા વીડિયો દ્વારા પોતાનો એક સર્વશ્રેષ્ઠ પ્રશ્ન વહેંચવા માટે કહેતા આવ્યા છીએ.

તેમાં બેવ કાયે, પૈમ સ્લિમ, માઈકલ પોર્ટ, જિમ કૌજેસ, લેસ મૈકકેન, લીસા, બૉડેલ, વોરેન બર્જર અને ટેરેસા એમાબિલ જેવા બેસ્ટ-સેલિંગ લેખક અને હસ્તીઓ સામેલ છે. સાથે જ યૂબીએસ, ટેલઅસ, યઝ 'આર' અસ, બીબીડીઓ, એડોબ, આઈએસજી અને ટી-મોબાઈલ જેવા પ્રતિષ્ઠિત સંગઠનોના વરિષ્ઠ અધિકારી પણ સામેલ છે.

આ વીડિયો સીરિઝના બધા એપિસોડ જોવા માટે અહીં આપેલી લિંક પર જાઓ – http://www.boxofcrayons.biz/category/best-question/

> **જો કોઈપણ પ્રશ્ન મૂર્ખતાભર્યો નથી હોતો તો પછી મૂર્ખ લોકો ક્યા પ્રકારના પ્રશ્ન પૂછે છે ? શું તે માત્ર પ્રશ્ન પૂછવા માટે અચાનક બુદ્ધિશાળી બની જાય છે ?**
>
> **- સ્કૉટ એડમ્સ**

આભાર

પુસ્તકના અંતમાં આભાર વ્યક્ત કરવો મૂંઝવણમાં મૂકી દેનારું કામ છે. તમને અચાનક અનુભૂતિ થાય છે કે પુસ્તકને પૂર્ણ કરવામાં કેટલા બધા લોકોએ તમારી મદદ કરી છે અને તમારી યાદદાસ્ત કેટલી નબળી છે. મને ખબર છે કે અહીં હું આભાર વ્યક્ત કરતી વખતે કેટલાક એવા લોકોના નામ ચોક્કસ ભૂલી જઈશ, જેમના નામ મારે ભૂલવા જોઈએ નહીં. જો તમે તે વ્યક્તિ છો, તો મને ક્ષમા કરશો.

આ પુસ્તક લખવામાં મને ચાર વર્ષ કરતાં વધારે સમય લાગ્યો. આ દરમિયાન મેં તેના ત્રણ એવા ડ્રાફ્ટ લખ્યા, જે બહુ સારા નહોતા. તેથી આ પુસ્તકને ઉપયોગી અને ભવ્ય બનાવવા પાછળ ઘણા બધા લોકોનું પ્રોત્સાહન, ઉત્સાહ અને પ્રતિભા લાગેલા છે.

આ પુસ્તકના ત્રણ ખરાબ ડ્રાફ્ટ પર પોતાની પ્રતિક્રિયા આપી મને સહકાર આપનારાઓમાં સામેલ છે, જિલ મર્ફી, કેટ લેઈ, જેન લાઉડેન, પૈમ સ્લિમ, માઈકલ લેકી, કૈરેન રાઈટ, એરિક ક્લેન, મૉલી ગૉર્ડન, માર્ક સિલ્વર, વેનિટા ઈંડેવી અને ગસ સ્ટેનિયર. આ સહુએ મને આગળ વધવા માટે પ્રોત્સાહિત કર્યો એટલું જ નહીં બલકે સરેરાશ દરજ્જાનું કામ કરતાં પણ બચાવ્યો. વર્કમેનના સૂજેન બોલોટિ અને બ્રૂસ ટ્રેસીએ પુસ્તકના પાછલા ત્રણે ડ્રાફ્ટને ના કહી દીધી, જે મારા માટે ઘણું સારું સાબિત થયું. ત્યાં જ લિંડસે મિલર અને એલિઝાબેથ વુડવર્થે પોતાના ઊંડા અને વ્યવહારિક સંશોધન દ્વારા મારા કામને એક મજબૂત આધાર પ્રદાન કરવામાં મદદ કરી.

આ પુસ્તકને આ રૂપ આપવા માટે મને એક શાનદાર સંપાદકીય અને ડિઝાઈન ટીમ મળી હતી. ઓલિવર એડિટોરિયલ સર્વિસિઝની

કૈથરીન ઓલિવરે મને ઘણીવાર વિષયથી દૂર જતો બચાવ્યો. આ ઉપરાંત પણ તેમણે મને ઘણી મદદ કરી. તેમણે ત્રણ વાર સંપાદન કરી પાંડુલિપિને આ રૂપ આપ્યું અને મોટી તથા મહત્ત્વપૂર્ણ બાબતોથી માંડીને નાની-નાની બારીકીઓ પર પણ કામ કર્યું (આ માટે સેથનો પણ આભાર). આ જ રીતે પ્રૂફરીડિંગ માટે આ પુસ્તક જૂડી ક્લિપની સૂક્ષ્મ નજરો હેઠળથી પસાર થઈ. પેજ ટૂ ના મારા પબ્લિશિંગ કંસલ્ટન્ટ જેસી ફિંકલસ્ટીન અને મેગન જોન્સે કુશળ વ્યવસાયિકોની જેમ સેલ્ફ-પબ્લિશિંગની દુનિયામાં આગળ વધવામાં અમારી મદદ કરી. તો પીટર કોકિંગે પુસ્તકને ડિઝાઈન કરી તેને ભવ્યતા અને એક ઉમદા શૈલી પ્રદાન કરી. તેથી આ પુસ્તકની સામગ્રીની સાથે-સાથે તેની ડિઝાઈન પણ મને ગમે છે. પુસ્તકનું ઉપશીર્ષક મારા નજીકના સાથી માર્ક બૉડેન એ આપ્યું, જે ખરેખર બિલકુલ ઉપયુક્ત સાબિત થયું.

બોક્સ ઑફ ક્રેયોન્સમાં આપણે પોતાને આ વાત માટે ભાગ્યશાળી માનીએ છીએ કે અમારી પાસે એક એવી શાનદાર ટીમ છે, જે દુનિયામાં પોતાનું સ્થાન બનાવવામાં અમને મદદ કરે છે. આ માટે શાર્લોટ રિલે, ડેનિસ એડને, એના ગાર્ઝા-રૉબિલાર્ડ, પીટર હૈચ, સોનિયા ગબાલા, સિલ્વાના લા સેલ્વ, અર્નેસ્ટ ઓરિએંડ, રોના બિનેરબમ, વોરેન મૈક્કેન અને ફ્રેંક મેર્રાનને મારા ધન્યવાદ. આ ઉપરાંત પૉપલોગિકના રૉબર્ડ કાબ્વેને પણ મારા તરફથી વિશેષ ધન્યવાદ, જેમણે આ પુસ્તકને ડિઝાઈન કરવામાં મદદ કરી. સાથે જ સ્ટૈન મૈક્ગીને પણ ધન્યવાદ, જેમણે પુસ્તકના વિમોચન કાર્યક્રમની માર્કેટિંગ યોજના તૈયાર કરવામાં અને તેના સંચાલનમાં અમારી મદદ કરી.

બોક્સ ઑફ ક્રેયોન્સ વ્યસ્ત મેનેજરોને દસ મિનિટમાં કોચિંગ આપવાના રહસ્ય શીખવવામાં કુશળ છે. અને અમારા કાર્યક્રમોની ધુરા કુશળ પ્રશિક્ષકોના હાથમાં હોય છે. આ માટે અમારી વર્તમાન ફેકલ્ટીના સભ્ય લી બેલેયર, હેલેન બેલેરોજ, જેમી બ્રોટન, ટીના ડાયસ, જોનથન હિલ, લેની લુઈસ અને સૂજેન લિનનો આભાર. આ બધા માટે વધારે જાણકારી મેળવવા માટે તમે BoxOfCrayons.biz પર જઈ શકો છો.

એકવાર કોઈએ કહ્યું હતું કે દરેક સફળ વ્યક્તિની પાછળ એક આશ્ચર્યચકિત મહિલા હોય છે. મારા કિસ્સામાં આ મહિલાઓ છે, એવરીથિંગ એલ્સની વાઈસ પ્રેસિડેંટ માર્સેલા બંગે સ્ટેનિયર અને આઈસીયુ (ઈન્ટરનેશનલ ક્રેયોન્સ યુનિટ) ની મુખ્ય મૈર્લીન એલ્ડેમાયર. તમારા બંનેના સમર્થન, પ્રેમ અને પ્રોત્સાહન માટે તમને મારા ધન્યવાદ.

લેખક પરિચય

'મારું નામ માઈકલ છે. હું એક પગ પર કૂદકો મારી શકું છું. શું તમે મને એક પગ પર કૂદકો મારતો જોવા ઈચ્છશો ' જ્યારે માઈકલ માત્ર ત્રણ વર્ષના હતા, ત્યારે સુપરમાર્કેટમાં અજાણ્યાઓને પોતાનો આ પરિચય આપીને આશ્ચર્યમાં મૂકી દેતા. એ જ પરિચયનું થોડું પરિષ્કૃત રૂપ આ રહ્યું –

તમે પર જઈને માઈકલની અધિકારક ઉપલબ્ધિઓ વિશે જાણકારી પ્રાપ્ત કરી શકો છો. જો તમે જીવનના મજેદાર કિસ્સાઓમાં રસ ધરાવો છો, તો સાંભળો – જ્યારે માઈકલ મજૂર તરીકે કામ કરતા હતા, ત્યારે એકવાર ભૂલથી માથા પર પાવડો મારી લેવાને કારણે બેભાન થઈ ગયા હતા. તેમને પોતાના જીવનનો પહેલો ચેક એક લેખક તરીકે એક પ્રેમ કથા લખવા માટે મળ્યો હતો, જેનું શીર્ષક હતું 'ધ મેલ ડિલિવરી.' લૉ સ્કૂલમાં અભ્યાસ દરમિયાન સિંક્રોનાઈઝ્ડ ન્યૂડ મેલ મૉડેલિંગ નામના એક લઘુ-નાટકમાં કામ કરીને રંગમંચના ક્ષેત્રમાં પણ પોતાની કલા દાખવી ચૂક્યા છે. રોડ્સ સ્કોલર બનવામાં અને ઓક્સફર્ડ જવામાં તેમની અસલી નિષ્ફળતા હતી, એક એવી કેનેડિયન છોકરીને મળવું અને તેની સાથે લગ્ન કરવા, જે તેમને ગંભીરતાથી લેતી નહોતી.

લિંક્ડઈન માઈકલ સાથે સીધા જોડાવાની સૌથી સારી રીત છે. ત્યાં તે એકમાત્ર એવા વ્યક્તિ છે, જેમનું ઉપનામ બંગે સ્ટેનિયર છે તેથી તેમને ત્યાં શોધવા ખૂબ સરળ છે.

પોતાના સંગઠનમાં 'કોચિંગની આદત' લાવો

ઈ.સ.2008 થી અત્યાર સુધી બોક્સ ઑફ ક્રેયોન્સે 10 હજાર કરતાં પણ વધારે વ્યસ્ત મેનેજરોએ દિન-પ્રતિદિનના કોચિંગ માટે વ્યવહારિક સાધન ઉપલબ્ધ કરાવ્યા છે. શું થાય, જો તમારા મેનેજર અને લીડર પણ દસ મિનિટ કે તેના કરતાં પણ ઓછા સમયમાં કોચિંગ આપી શકે ?

પાયાનું એક કૌશલ

કોચિંગ તમારી એકાગ્રતા અને ક્ષમતાને વધારે શકે છે, દબાણ અને નિર્ભરતાને ઘટાડી શકે છે અને પરસ્પર જોડાણ અને પ્રભાવને સક્રિય કરી શકે છે. પરંતુ સારા ઈરાદાઓ છતાં આજકાલના વ્યસ્ત મેનેજર પોતાને મેનેજમેન્ટની એક જૂની અને પુરાણી વિચારસરણીમાં ગૂંચવાયેલા જુએ છે – 'કર્મચારીઓને પૂછવાને બદલે તેમને કહેવું, તેમને પોતાની સમસ્યાઓ પોતે ઉકેલવામાં મદદ કરવાને બદલે તેમની સમસ્યાઓ ઉકેલવામાં જોડાઈ જવું.'

વાસ્તવમાં માત્ર 'હજુ વધારે કોચિંગ' આપવાના સિદ્ધાંતો, મૉડલો અને સંશોધનોથી કામ નહીં થાય આપણે મેનેજરો અને લીડરોની તેમનો વ્યવહાર બદલવામાં મદદ પણ કરવી પડશે. જેથી કોચિંગ તેની મેનેજમેન્ટ તકનીકોનો એક નિયમિત અને ઉપયોગી ભાગ બની જાય.

પોતાના મેનેજરોને 'કોચિંગની આદત' પાડો

'કોચિંગની આદત' એક અભિનવ અને પુરસ્કાર-વિજેતા કાર્યક્રમ છે, જે વ્યવહારમાં ત્રણ પ્રકારે પરિવર્તન લાવે છે.

પહેલું, તેમાં ભાગ લેનારાઓને એ સમજાય છે કે તે દરેક મામલામાં તાત્કાલિક કેમ કૂદી પડે છે અને પછી સલાહ આપવા માંડે છે અથવા સમસ્યાનો ઉકેલ લાવવામાં ગૂંચવાઈ જાય છે. તેમને એ પણ સમજાઈ જાય છે કે તેમના આ વર્તનને કારણે બધાને શું કિંમત ચૂકવવી પડે છે. આ નવી સમજને પ્રાપ્ત કર્યા પછી સલાહ આપવા પાછળ સક્રિય ટ્રિગરને નબળા કરવાનું સહેલું થઈ જાય છે જેથી પ્રસંગોપાત મેનેજર કોચિંગના પોતાના કૌશલ્યનો યોગ્ય ઉપયોગ કરી શકે.

બીજું, મેનેજરોને દરેક પછીના દિવસ માટે તૈયાર કરવા માટે આપણે કોચિંગની એવી પસંદગીની રીતો પણ વહેંચીએ છીએ, જે તેમની એકાગ્રતા, આંતરિક જોડાણ અને પ્રભાવ વધારી દે છે. સાથે જ અમે એ પણ જણાવીએ છીએ કે આ નવી અંતદૃષ્ટિઓને નવી આદતોમાં કેવી રીતે પરિવર્તિત કરી શકાય.

અને અંતે, આપણે આ કાર્યક્રમાં એક નવી 108 દિવસીય ફોલો-અપ પ્રોસેસનો પણ ઉપયોગ કરીએ છીએ, જેથી નવા સાધનો, કૌશલ્યો અને વર્તનોને એકીકૃત કરી લોકોના 'મનમાં બેસાડી શકાય.'

'હું આ સામગ્રીને વ્યવહારિક સ્તર પર લાગુ થતી જોઈ રહ્યો છું, જ્યારે સામાન્ય રીતે તમને આ બધું વ્યવસાયિક વાતાવરણમાં જોવાની તક નથી મળતી. તેની સાથે જ આત્મ-જાગરૂકતાનું સ્તર પણ વધેલું છે જેથી તે પોતાની નેતૃત્વ-ક્ષમતાને વધારી હજુ વધારે કુશળ થઈ શકે.'

- ટૉડ ગિલક્રિસ્ટ

એસવીપી, એચઆર, કેપિટલ પાવર

સ્થાયી શિખામણ

'કોચિંગની આદત' ખૂબ જ સંવાદપૂર્ણ, વ્યવહારિક અને મજેદાર છે. આ નવીનતમ મનોવૈજ્ઞાનિક અંતદ્દષ્ટિઓ અને તંત્રિકાવિજ્ઞાન પર આધારિત છે. તમે જે પણ શીખો છો, આ તેને સ્થાયી બનાવવામાં સહાયક છે.

ટીડી બેંક, યુએસબી, એલિસડૉન, ફિડેલિટી ઈન્વેસ્ટમેંટ્સ, એસ્ટ્રાજેનેકા, લોઝ અને નોકિયા જેવા સંગઠનોએ 'કોચિંગની આદત'ને પોતાન સંગઠનાત્મક વિકાસનો એક મહત્ત્વપૂર્ણ ભાગ બનાવ્યો છે.

'મને અપેક્ષા હોય છે કે પરિણામ તાત્કાલિક મળે.....અને આ કાર્યક્રમથી મને ખરેખર તાત્કાલિક પરિણામ મળ્યા. હવે હું જાણું છું કે આના દ્વારા શીખેલી બાબતો કેવી રીતે કારગર અને સ્થાયી હોય છે.'

- મૈરી ક્રિયા

ડાયરેક્ટર ઓફ ટેલેન્ટ, હોરિજોન બ્લૂ ક્રોસ બ્લૂ શીલ્ડ

વધારે માહિતી માટે તમે BoxOfCrayons.biz પર જઈ શકો છો અથવા પછી inquiry@BoxOfCrayons પર અમારી સાથે સીધો સંપર્ક કરી શકો છો.

આ પુસ્તક વાંચ્યા પછી તમે પોતાનો અભિપ્રાય (વિચાર સેવા) books.feedback@tejgyan.org પર પોસ્ટ કરી શકો છો.

'કેન્દ્રીય સાહિત્ય અકાદમી અનુવાદ પુરસ્કાર' અને 'ગુજરાતી સાહિત્ય પરિષદ અનુવાદ પારિતોષિક' પુરસ્કૃત

પત્રકાર-અનુવાદક કાશ્યપી મહાનો પરિચય

પૂ.મહાત્મા ગાંધીના આગ્રહથી, દાદા દત્તાત્રેય મહા મહારાષ્ટ્રથી આવીને, ગૂજરાત વિદ્યાપીઠ-સાબરમતી આશ્રમમાં કલાચાર્ય તરીકે જોડાયા, જ્યાં એમના હાથે ગાંધીજીના પ્રિય 'ત્રણ વાંદરા' અને કુમાર સામયિકમાં આજે પણ પ્રગટ થતું'માધુકરી' જેવા પ્રખ્યાત શિલ્પો રચાયા. એમનો કળા-સાહિત્ય વારસો ધરાવતા કાશ્યપીએ વાણિજ્ય સ્નાતક હોવા સાથે પત્રકારત્વ-સમૂહપ્રત્યાયન વિષયમાં પારંગત અને અનુપારંગત છે.

પત્રકાર, સંપાદક, મુલાકાતી વ્યાખ્યાતા તરીકે તેઓ ગુજરાતી અખબારો અને સ્વૈચ્છિક સંસ્થાઓ સાથે સંકળાયેલા રહ્યાં છે. મણિભવન ગાંધી સંગ્રહાલય માટે ગુજરાતભરના સ્વાતંત્ર્યસેનાનીઓની ઐતિહાસિક ઓડિયો મુલાકાતોનું સ્ક્રીપ્ટ લેખન કાર્ય પણ સુપેરે નિભાવ્યું છે.

એમના દ્વારા વિવિધ ભાષાઓમાંથી અનુવાદિત થયેલાં ૬૫ ઉપરાંત પુસ્તકોમાં, (મરાઠીમાંથી) પ્રથમ જ્યોર્તિલિંગ સોમનાથ મહાદેવના પુનરોદ્ધાર પૂજાવિધિનું અલભ્ય પુસ્તક 'શ્રી સોમનાથ તીર્થ', રાષ્ટ્રીય સ્વયંસેવક સંઘના તૃતીય સરસંઘચાલક 'શ્રી બાળાસાહેબ દેવરસ'નું જીવનચરિત્ર, 'ભારતમાં ખ્રિસ્તીઓ એક દસ્તાવેજી વિશ્લેષણ' કરતું સંશોધનઅહેવાલરૂપ પુસ્તક, પૉલ બ્રન્ટન લિખિત 'હિમાલય અને એક તપસ્વી' (જેને વર્ષ ૨૦૧૬-૧૭ના લેખિકાના સર્વશ્રેષ્ઠ પુસ્તક તરીકે અનુવાદ શ્રેણીમાં ગુજરાતી સાહિત્ય પરિષદનું પારિતોષિક મળ્યું છે), ટી.લૉબસંગ રામ્પા લિખિત 'તૃતિય નેત્ર' તથા (હિન્દીમાંથી) પ્રકાશ બિયાણી લિખિત 'શૂન્યથી શિખર' અને 'બિઝનેસ ગેમ ચેંજર્સ', જનસંઘની થિન્કટેન્ક ગણાતા પં. દિનદયાળ ઉપાધ્યાય લિખિત 'શ્રીમદ્ શંકરાચાર્ય', નોબેલ પારિતોષિક વિજેતા ફ્રેન્ચ લેખક રોમારોલાં લિખિત 'વિવેકાનંદ', દત્તોપંત ઠેંગડી દ્વારા લિખિત 'અખબારજગત

અને આપણે', સરસંઘચાલકશ્રી મોહનરાવ ભાગવતના ત્રિદિવસીય પ્રવચનો 'ભવિષ્યનું ભારત', ગોવાના પૂર્વરાજ્યપાલ મહામહિમ મૃદુલા સિન્હા લિખિત 'પરિતપ્ત લંકેશ્વરી'(જેને કેન્દ્રીય સાહિત્ય અકાદેમી અનુવાદ પુરસ્કાર-૨૦૨૦ પ્રાપ્ત થયો છે અને આ પુસ્તક સૌરાષ્ટ્ર યુનિ.ના એમ.એ.ના અભ્યાસક્રમમાં સામેલ છે), બંકિમચંદ્ર ચેટર્જી લિખિત 'આનંદમઠ' તથા (અંગ્રેજીમાંથી) સીસીસીની પરીક્ષા માટે બાબાસાહેબ આંબેડકર ઓપન યુનિ., માટેનું તાલીમી સાહિત્ય સહિતના પુસ્તકો સામેલ છે. એમણે 'મહારાજા ભગવતસિંહજી', 'સમર્થ રામદાસ', 'ગુરુદયાલ મલિક' પ્રેરક જીવનચરિત્રો પણ આપ્યાં છે. સંપર્ક : kashyapimaha@gmail.com

તેજજ્ઞાન ફાઉન્ડેશન પરિચય

તેજજ્ઞાન ફાઉન્ડેશન આત્મવિકાસથી આત્મસાક્ષાત્કાર પ્રાપ્ત કરવાનો એક માર્ગ છે. આ માટે સરશ્રી દ્વારા એક અનોખી બોધ પદ્ધતિ (System for Wisdom) નું સર્જન થયું છે. આ પદ્ધતિને આંતરરાષ્ટ્રીય માપદંડ ISO 9001:2015 ની આવશ્યકતાઓ અને નિર્દેશોને અનુરૂપ ઢાળીને સરળ, વ્યવહારિક અને પ્રભાવી બનાવવામાં આવી છે. આ સંસ્થાની બોધ પદ્ધતિના વિવિધ પાસાઓ (શિક્ષણ, નિરીક્ષણ અને ગુણવત્તા) ને સ્વતંત્ર ગુણવત્તા પરીક્ષકો (Quality Auditors) દ્વારા ક્રમબદ્ધ રીતે તપાસવામાં આવ્યા. જે પછી આ પાસાઓને ISO 9001:2015ને અનુરૂપ માન્યતા મળતા, આ બોધ પદ્ધતિને પ્રમાણિત કરવામાં આવી છે. ફાઉન્ડેશનનું લક્ષ્ય તમને નકારાત્મક વિચારથી સકારાત્મક વિચારની તરફ વધારવાનું છે.

તેજજ્ઞાન ફાઉન્ડેશન પરિચય

હેપી થૉટ્સ તેજજ્ઞાન યુ ટ્યુબ ચેનલ

મહાઆસમાની પરમ જ્ઞાન શિબિર પરિચય

Self Delelopment to Self Realization Towords Self Stabilizaion

શું તમને ઉચ્ચતમ આનંદ મેળવવાની ઇચ્છા છે ? એવો આનંદ, જે કોઈ કારણ પર નિર્ભર નથી, જેમાં સમયની સાથે માત્ર વધારો જ થાય છે. શું તમે આ જ જીવનમાં પ્રેમ, વિશ્વાસ, શાંતિ, સમૃદ્ધિ અને પરમસંતુષ્ટિ મેળવવા ઇચ્છો છો ? શું તમે શારીરિક, માનસિક, સામાજિક, આર્થિક અને આધ્યાત્મિક આ બધા જ સ્તર પર સફળતા પ્રાપ્ત કરવા ઈચ્છો છો ? શું તમે ‘હું કોણ છું’ આ પ્રશ્નનો જવાબ અનુભવથી મેળવવા ઈચ્છો છો ? જો તમારી અંદર આ સવાલોના જવાબ જાણવાની અને ‘અંતિમ સત્ય’ પ્રાપ્ત કરવાની તરસ જાગી છે તો તેજજ્ઞાન ફાઉન્ડેશન દ્વારા આયોજિત ‘મહાઆસમાની પરમ જ્ઞાન શિબિર’ માં આપનું સ્વાગત છે. આ શિબિર પૂર્ણપણે સરશ્રીના શિક્ષણ પર આધારિત છે.

મહાઆસમાની - અલ્પ પરિચય

હેપી થૉટ્સ સરશ્રી યુ ટ્યુબ ચેનલ

સરશ્રી દ્વારા રચિત પુસ્તકોની જાણકારી

સરશ્રીએ વિવિધ વિષયો પર 150 કરતાં વધારે પુસ્તકોનું લેખન કર્યું છે, જેમાંથી 'વિચાર નિયમ', 'વિશ્વાસ નિયમ', 'સ્વસંવાદ કા જાદુ', 'સ્વયં કા સામના', 'સ્વીકાર કા જાદુ', 'નિર્ણય ઔર જિમ્મેદારી', 'નિઃશબ્દ સંવાદ કા જાદુ', 'સંપૂર્ણ ધ્યાન' વગેરે પુસ્તકો બેસ્ટસેલર બની ચૂક્યા છે. આ પુસ્તકો દસથી વધારે ભાષાઓમાં અનુવાદિત થઈ ચૂક્યા છે અને મુખ્ય પ્રકાશકો દ્વારા પ્રકાશિત કરવામાં આવ્યા છે, જેમ કે પેંગ્વિન બુક્સ, જયકો બુક્સ, મંજુલ પબ્લિશિંગ હાઉસ, પ્રભાત પ્રકાશન, રાજપાલ એન્ડ સન્સ, પેંટાગોન પ્રેસ, સકાળ પ્રકાશન વગેરે.

વિચાર નિયમ
તમારી સફળતાનું રહસ્ય

વિશ્વાસ નિયમ
સર્વોચ્ચ શક્તિના સાત નિયમ

પુસ્તકો ઓર્ડર કરવા માટે લૉગ ઈન કરો -

www.gethappythoughts.org

પુસ્તકો વિશે વધારે જાણકારી મેળવવા માટે સંપર્ક કરો -

ફોન નં. 09011013210

તેજજ્ઞાન ફાઉન્ડેશન - મુખ્ય શાખાઓ

પુણે - (રજિસ્ટર્ડ ઓફિસ) - વિક્રાંત કોમ્પલેક્સ, તપોવન મંદિરની પાસે, પિંપરી, પુણે - 411017. ફોન - 020-27411240, 27412576

મનન આશ્રમ - સર્વે નં.-43, સનસ નગર, નાંદોશી ગામ, કિરકટવાડી ફાટા, તહસીલ - હવેલી, જિલ્લો - પુણે - 411 024, ફોન - 09921008060

---

*નમ્ર નિવેદન *

વિશ્વ શાંતિ માટે લાખો લોકો પ્રતિદિન સવારે અને રાત્રે નવ વાગીને નવ મિનિટે ઉપર આપવામાં આવેલી પ્રાર્થના કરે છે. સાથે જ ભારતીય સમય પ્રમાણે રોજ સવારે 6.15 વાગ્યે, બપોરે 3.30 વાગ્યે અને રાત્રે 9.00 વાગ્યે યુટ્યુબ દ્વારા 'ધ્યાન પ્રાર્થના બીજ' પ્રસારિત થાય છે. કૃપા કરીને આપ પણ તેમાં સામેલ થઇ જાઓ.

www.ingramcontent.com/pod-product-compliance
Lightning Source LLC
Chambersburg PA
CBHW031326230926
51848CB00001B/116